ANG CHUTNEY BUHAY AKLAT NG LUTUIN

Sumisid sa Sining ng Paggawa ng Chutney na may 100 Masarap na Recipe

María Antonia Velasco

Copyright Material ©2024

Lahat ng Karapatan ay Nakalaan

Walang bahagi ng aklat na ito ang maaaring gamitin o ipadala sa anumang anyo o sa anumang paraan nang walang wastong nakasulat na pahintulot ng publisher at may-ari ng copyright, maliban sa mga maikling sipi na ginamit sa isang pagsusuri. Ang aklat na ito ay hindi dapat ituring na kapalit ng medikal, legal, o iba pang propesyonal na payo.

TALAAN NG MGA NILALAMAN

TALAAN NG NILALAMAN 3
PANIMULA 6
FRUIT CHUTNEY 7
   1. Amaretto Cranberry Chutney 8
   2. Cranberry-Fig Chutney 10
   3. Dragon Fruit Chutney 12
   4. Cranberry Orange Chutney 14
   5. Fijian Chili Mango Chutney 16
   6. Mango Chutney 18
   7. Fijian Spicy Tamarind Chutney 20
   8. Kultura na Spicy Peach Chutney 22
   9. Adobong Igos At Pulang Sibuyas Chutney 24
   10. Elderberry Plum Chutney 26
   11. Caramelized Pear At Pomegranate Chutney 28
   12. Tangy (Fermented) Fruit Chutney 30
   13. Candied Fruit Chutney 32
   14. Fruit Barbecue Chutney 34
   15. Sweet And Sour Papaya Chutney 36
   16. Apple&Prune Chutney 38
   17. Carambola Chutney 40
   18. Cardamom-Spiced Quince Chutney 42
   19. Banana Chutney 44
   20. Petsa&Orange Chutney 46
   21. Sariwang Pineapple Chutney 48
   22. Lime Chutney 50
   23. Lime-Apple Chutney 52
   24. Pinausukang Apple Chutney 54
   25. Nectarine Chutney 56
   26. Quick Peach Chutney 58
   27. Cardamom-Spiced Mango Chutney 60
   28. Watermelon Chutney With Pepper 62
   29. Plum Chutney With Raisin 65
   30. Suka Peach Chutney 68
   31. Garlicky Lime Chutney 71
   32. Pineapple And Jalapeno Chutney 74
   33. Spiced Apple And Cranberry Chutney 76
   34. Matamis at Maanghang na Mango Chutney 78
   35. Cherry And Balsamic Chutney 80
   36. Pear And Ginger Chutney 82
   37. Spiced Plum Chutney 84
   38. Kiwi At Pineapple Chutney 86

CHUTNEY NG GULAY 88
- 39. Talong At Tomato Chutney 89
- 40. Rhubarb Chutney 92
- 41. Onion Chutney 94
- 42. Zucchini Chutney 96
- 43. Tomato Chutney With Chile 98
- 44. Carrot And Ginger Chutney 101
- 45. Bell Pepper Chutney 103
- 46. Spicy Cauliflower Chutney 105
- 47. Beetroot Chutney 107
- 48. Spinach And Peanut Chutney 109
- 49. Labanos Chutney 111
- 50. Mais At Kamatis Chutney 113
- 51. Green Bean Chutney 115
- 52. Spicy Green Tomato Chutney 117
- 53. Pumpkin And Raisin Chutney 119
- 54. Spinach At Coconut Chutney 121
- 55. Labanos At Mint Chutney 123
- 56. Capsicum (Bell Pepper) At Tomato Chutney 125
- 57. Spicy Brinjal (Talong) Chutney 127
- 58. Spicy Carrot Chutney 129
- 59. Tangy Ridge Gourd (Luffa) Chutney 131

HERB CHUTNEY 133
- 60. Fijian Cilantro At Lime Chutney 134
- 61. Cilantro-Mint Chutney 136
- 62. Coconut Cilantro Chutney 138
- 63. Pineapple Mint Chutney 140
- 64. Fenugreek Sprout At Tomato Chutney 142
- 65. Coriander Chutney 144
- 66. Basil Pesto Chutney 146
- 67. Dill At Yogurt Chutney 148
- 68. Parsley At Walnut Chutney 150
- 69. Rosemary At Almond Chutney 152
- 70. Mint At Cashew Chutney 154
- 71. Cilantro At Peanut Chutney 156
- 72. Chive And Walnut Chutney 158
- 73. Sage And Hazelnut Chutney 160
- 74. Lemon Thyme Chutney 162
- 75. Tarragon At Pistachio Chutney 164
- 76. Oregano At Walnut Chutney 166
- 77. Sage And Pine Nut Chutney 168
- 78. Rosemary At Garlic Chutney 170
- 79. Chive And Lemon Zest Chutney 172

- 80. Sage And Lemon Thyme Chutney 174
- 81. Basil At Sun-Dried Tomato Chutney 176
- 82. Tarragon At Shallot Chutney 178
- 83. Lemon Verbena At Almond Chutney 180
- 84. Marjoram And Hazelnut Chutney 182
- 85. Oregano At Pecan Chutney 184

FLORAL CHUTNEY 186
- 86. Rose Hip At Sultanas Chutney 187
- 87. Lavender At Honey Chutney 189
- 88. Rose Petal At Cardamom Chutney 191
- 89. Elderflower At Lemon Chutney 193
- 90. Squash Blossom Chutney 195

CHILI CHUTNEY 197
- 91. Hot Chilli Chutney 198
- 92. Habanero Apple Chutney 200
- 93. Green Chili And Coriander Chutney 202
- 94. Sweet Chili Chutney 204
- 95. Coconut Chili Chutney 206
- 96. Bell Pepper Chili Chutney 208

NUT CHUTNEY 210
- 97. Peanut Chutney 211
- 98. Almond Chutney 213
- 99. Cashew Nut Chutney 215
- 100. Walnut Chutney 217

KONKLUSYON 219

PANIMULA

Maligayang pagdating sa "ANG CHUTNEY BUHAY AKLAT NG LUTUIN: Sumisid sa Sining ng Paggawa ng Chutney na may 100 Masarap na Recipe." Ang mga Chutney, na may matapang na lasa, makulay na kulay, at maraming gamit, ay isang pundasyon ng lutuing Indian at isang minamahal na pampalasa na tinatangkilik sa buong mundo. Sa cookbook na ito, inaanyayahan ka naming tuklasin ang mayaman at magkakaibang mundo ng paggawa ng chutney, na tumuklas ng 100 masasarap na recipe na magpapalaki sa iyong mga pagkain at magigising sa iyong panlasa. Ang mga chutney ay higit pa sa mga saliw; sila ay isang pagdiriwang ng lasa, balanse, at tradisyon. Sa cookbook na ito, susuriin natin ang sining ng paggawa ng chutney, mula sa pagpili ng mga pinakasariwang sangkap hanggang sa pagbabalanse ng mga pampalasa, tamis, at kaasiman upang lumikha ng magkakatugmang timpla ng lasa. Fan ka man ng mga klasikong paborito tulad ng mango chutney at mint chutney o sabik na mag-eksperimento sa mga makabagong kumbinasyon at modernong twist, makakakita ka ng maraming inspirasyon sa mga page na ito.

Ang bawat recipe sa cookbook na ito ay ginawa nang may pag-iingat at pansin sa detalye, na tinitiyak na ang bawat batch ng chutney na gagawin mo ay puno ng lasa at pagiging tunay. Mula sa tangy tomato chutney hanggang sa maapoy na berdeng chili chutney, mula sa matamis at maanghang na pineapple chutney hanggang sa mabangong coconut chutney, mayroong isang chutney para sa bawat panlasa at bawat okasyon.

Gamit ang malinaw na mga tagubilin, kapaki-pakinabang na tip, at nakamamanghang photography, ginagawang madali ng "ANG CHUTNEY BUHAY AKLAT NG LUTUIN" na master ang sining ng paggawa ng chutney sa sarili mong kusina. Naghahain ka man ng mga chutney bilang mga saliw sa iyong mga paboritong Indian dish, isinasama ang mga ito sa mga sandwich at wrap, o ginagamit ang mga ito upang magdagdag ng lasa sa mga marinade at dressing, ang mga recipe na ito ay tiyak na mapabilib at matutuwa.

FRUIT CHUTNEY

1. Amaretto Cranberry Chutney

MGA INGREDIENTS:
- 1 tasang sariwang cranberry
- ¼ tasa ng Amaretto liqueur
- ¼ tasang apple cider vinegar
- ¼ tasang pulot
- ¼ tasa tinadtad na sibuyas
- 1 kutsarang gadgad na sariwang luya
- ¼ kutsarita ng kanela
- Asin at paminta para lumasa

MGA TAGUBILIN:
a) Sa isang medium saucepan, pagsamahin ang cranberries, Amaretto, apple cider vinegar, honey, sibuyas, luya, kanela, asin, at paminta.
b) Dalhin sa isang kumulo sa katamtamang init, pagpapakilos paminsan-minsan.
c) Lutuin hanggang sa pumutok ang mga cranberry at lumapot ang timpla ng mga 10-15 minuto.
d) Ayusin ang pampalasa sa panlasa, pagdaragdag ng mas maraming asin o pulot kung ninanais.
e) Maglingkod bilang isang pampalasa para sa mga inihaw na karne o bilang isang spread para sa mga sandwich.

2.Cranberry-Fig Chutney

MGA INGREDIENTS:
- 4 na tasang Cranberries, tinadtad nang magaspang
- 1 one-inch knob na ugat ng luya, binalatan at pinutol ng pino
- 1 malaking Navel orange, quartered at pinong tinadtad
- 1 maliit na sibuyas, pinong tinadtad
- ½ tasa ng pinatuyong currant
- 5 Mga tuyong igos, pinong pinutol
- ½ tasang Walnuts, toasted at magaspang na tinadtad
- 2 kutsarang buto ng mustasa
- 2 kutsarang suka ng cider
- ¾ tasa Bourbon o Scotch whisky (opsyonal)
- 1½ tasa Light brown sugar
- 2 kutsarita Ground cinnamon
- 1 kutsarita Ground nutmeg
- ½ kutsarita ng giniling na mga clove
- ½ kutsarita ng Asin
- ⅛ kutsarita ng Cayenne pepper

MGA TAGUBILIN:
a) Sa isang 4-quart saucepan, pagsamahin ang magaspang na tinadtad na cranberry, pinong ginutay-gutay na luya, pinong tinadtad na pusod na orange, hiniwang sibuyas, pinatuyong currant, snipped dried fig, toasted at tinadtad na walnuts, mustard seeds, ginutay-gutay na luya, cider vinegar, at whisky (kung gamit).

b) Sa isang maliit na mangkok, ihalo nang husto ang brown sugar, kanela, nutmeg, cloves, asin, at cayenne pepper.

c) Idagdag ang mga tuyong sangkap mula sa maliit na mangkok sa kasirola kasama ang iba pang mga sangkap. Haluin upang pagsamahin ang lahat.

d) Painitin ang pinaghalong hanggang sa kumulo.

e) Bawasan ang apoy at hayaang kumulo ang chutney sa loob ng 25-30 minuto, madalas na pagpapakilos.

f) Kapag tapos na, hayaang lumamig ang chutney, at pagkatapos ay palamigin ito nang hanggang 2 linggo. Bilang kahalili, maaari itong i-freeze nang hanggang 1 taon.

g) Tangkilikin ang iyong masarap na cranberry fig Chutney!

3. Dragon Fruit Chutney

MGA INGREDIENTS:
- 1 dragon fruit, diced
- 1 kutsarang langis ng gulay
- 1 maliit na sibuyas, pinong tinadtad
- 2 sibuyas ng bawang, tinadtad
- 1 kutsarang gadgad na luya
- ¼ tasa ng brown sugar
- ¼ tasang apple cider vinegar
- ¼ kutsarita ng giniling na kanela
- Asin at paminta para lumasa

MGA TAGUBILIN:
a) Init ang mantika sa isang medium saucepan sa medium heat.
b) Idagdag ang sibuyas, bawang, at luya, at igisa hanggang sa malambot at translucent ang sibuyas, mga 5 minuto.
c) Idagdag ang diced dragon fruit, brown sugar, apple cider vinegar, cinnamon, asin, at paminta.
d) Pakuluan, pagkatapos ay bawasan ang init at hayaang kumulo hanggang lumapot ang sarsa at malambot ang dragon fruit mga 15-20 minuto.
e) Ihain bilang pampalasa para sa mga inihaw na karne o bilang pansawsaw para sa mga spring roll.

4. Cranberry Orange Chutney

MGA INGREDIENTS:
- 24 ounces buong cranberries, banlawan
- 2 tasang puting sibuyas, tinadtad
- 4 kutsarita ng luya, binalatan, gadgad
- 2 tasang gintong pasas
- 1 1/2 tasa puting asukal
- 2 tasang 5% puting distilled vinegar
- 1 1/2 tasa ng brown sugar
- 1 tasa ng orange juice
- 3 stick ng kanela

MGA TAGUBILIN:
a) Pagsamahin ang lahat ng sangkap gamit ang Dutch oven. Pakuluan sa mataas ; kumulo ng 15 minuto.
b) Alisin ang cinnamon sticks at itapon.
c) Punan ang mga garapon, na nag-iiwan ng 1/2-pulgada na espasyo.
d) Ilabas ang mga bula ng hangin.
e) Isara ang mga garapon nang mahigpit, pagkatapos ay init ng 5 minuto sa isang paliguan ng tubig.

5. Fijian Chili Mango Chutney

MGA INGREDIENTS:
- 2 hinog na mangga, binalatan, hiniwa, at hiniwa
- ½ tasang asukal
- ¼ tasa ng suka
- 2-3 pulang sili, pinong tinadtad (i-adjust sa gusto mong pampalasa)
- ½ kutsarita luya, gadgad
- ½ kutsarita ng giniling na mga clove
- Asin sa panlasa

MGA TAGUBILIN:
a) Sa isang kasirola, pagsamahin ang mangga, asukal, suka, pulang sili, luya, giniling na clove, at isang kurot na asin.
b) Lutuin sa mahinang apoy, hinahalo paminsan-minsan, hanggang sa lumapot ang timpla at lumambot ang mangga.
c) Hayaang lumamig ang chutney at pagkatapos ay iimbak ito sa isang garapon. Ang maanghang na mango chutney na ito ay perpekto para sa pagdaragdag ng matamis at maanghang na sipa sa iyong mga pagkain.

6.Mango Chutney

MGA INGREDIENTS:
- 11 tasang tinadtad na hilaw na mangga
- 2 1/2 kutsarang ginadgad na sariwang luya
- 4 1/2 tasa ng asukal
- 1 kutsarita ng canning salt
- 1 1/2 Kutsara tinadtad na sariwang bawang
- 3 tasa 5% puting distilled vinegar
- 2 1/2 tasa s dilaw na sibuyas, tinadtad
- 2 1/2 tasa gintong pasas
- 4 na kutsarita ng sili r

MGA TAGUBILIN:
a) Pagsamahin ang asukal at suka sa a stockpot. Magdala ng 5 minuto. Idagdag ang lahat ng iba pang sangkap.
b) Kumulo sa loob ng 25 minuto, gumagalaw nang paminsan-minsan.
c) Punan ang timpla sa mga garapon, na nag-iiwan ng 1/2-pulgada na espasyo. Ilabas ang mga bula ng hangin.
d) Isara ang mga garapon nang mahigpit, pagkatapos ay init ng 5 minuto sa isang paliguan ng tubig.

7. Fijian Spicy Tamarind Chutney

MGA INGREDIENTS:
- 1 tasang tamarind pulp
- ½ tasang brown sugar
- ¼ tasa ng tubig
- 2-3 cloves ng bawang, tinadtad
- 1-2 pulang sili, pinong tinadtad (i-adjust sa gusto mong pampalasa)
- Asin sa panlasa

MGA TAGUBILIN:
a) Sa isang kasirola, pagsamahin ang tamarind pulp, brown sugar, tubig, tinadtad na bawang, at tinadtad na sili.
b) Magluto sa mahinang apoy, patuloy na pagpapakilos, hanggang sa lumapot ang timpla at matunaw ang asukal.
c) Timplahan ng asin ayon sa panlasa.
d) Hayaang lumamig ang chutney, pagkatapos ay magsilbi bilang isang maanghang na pampagana ng Fijian. Mainam itong ipares sa pritong o inihaw na meryenda.

8.Kultura na Spicy Peach Chutney

MGA INGREDIENTS:
- ½ maliit na sibuyas, tinadtad (mga ⅓ tasa tinadtad) at igisa
- 2 katamtamang mga milokoton, pitted at coarsely tinadtad
- ½ kutsarita na hindi nilinis na asin sa dagat
- Kurutin ang itim na paminta
- ⅛ kutsarita cloves
- ¼ kutsarita ng turmeric powder
- ½ kutsarita ng ground coriander
- ½ kutsarita ng kanela
- 1 cayenne pepper, tuyo at durog
- 3 kutsarang whey, 2 probiotic na kapsula, o ½ kutsarita ng probiotic powder

MGA TAGUBILIN:

a) Pagsamahin ang lahat ng mga sangkap sa isang mangkok; kung gumagamit ka ng mga probiotic na kapsula, ibuhos ang laman sa pinaghalong prutas, at itapon ang mga walang laman na shell ng kapsula.

b) Haluin hanggang sa ito ay halo-halong mabuti. Ibuhos ang pinaghalong sa isang kalahating quart na mason jar na may takip, takpan, at iwanan sa temperatura ng kuwarto nang humigit-kumulang labindalawang oras.

c) Palamigin, kung saan dapat itong itago nang halos apat na araw.

9. Adobong Igos At Pulang Sibuyas Chutney

MGA INGREDIENTS:
- 2 tasa sariwang igos, quartered
- 1 malaking pulang sibuyas, hiniwa ng manipis
- 1 tasang red wine vinegar
- 1/2 tasa ng pulot
- 1 kutsarita buto ng mustasa
- 1/2 kutsarita ng itim na paminta
- Kurot ng asin

MGA TAGUBILIN:
a) Sa isang kasirola, pagsamahin ang quartered figs, manipis na hiniwang pulang sibuyas, red wine vinegar, honey, mustard seeds, black pepper, at isang pakurot ng asin.
b) Dalhin ang pinaghalong kumulo at lutuin hanggang sa lumambot ang mga igos at sibuyas.
c) Hayaang lumamig ang chutney bago ito ilipat sa mga malinis na garapon. I-seal at palamigin.

10. Elderberry Plum Chutney

MGA INGREDIENTS:
- ½ tasang pulang sibuyas, tinadtad
- 1 kutsarang langis ng oliba
- 4 maitim na plum, pitted at tinadtad (mga 2 tasa)
- ½ tasang pinatuyong rose hips (o mga pasas)
- ¾ tasa ng asukal
- 1 kutsarita ng giniling na kanela
- ½ kutsarita ng giniling na luya
- ½ kutsarita ng pinatuyong clove
- 1 tasang Elderberry Vinegar

MGA TAGUBILIN:
a) Sa isang 2-quart saucepan, igisa ang sibuyas sa langis ng oliba sa katamtamang init, patuloy na pagpapakilos hanggang sa translucent, mga 5 minuto.
b) Idagdag ang mga plum, rose hips, asukal, kanela, luya, clove, at elderberry na suka. Bawasan ang init sa medium-low at lutuin, walang takip, hanggang sa bumagsak ang prutas at lumapot ang timpla, mga 25 minuto. Haluin nang madalas para hindi dumikit.
c) Hayaang lumamig ang chutney, at sandok sa isang pint-size na mason jar. Mag-imbak sa refrigerator nang hanggang 6 na buwan (kung hindi mo muna ito lalamunin!)
d) HEALTH TIP: Ang madilim na pula, asul, at purple-pigmented na pagkain ay natural na mataas sa mga kapaki-pakinabang na antioxidant na tinatawag na anthocyanin, na kapaki-pakinabang para sa kalusugan ng cardiovascular, pag-iwas sa kanser, at pag-regulate ng mga antas ng glucose. Ang mga Elderberry ay partikular na nasa tuktok ng aking listahan para sa pag-iwas sa sipon at trangkaso dahil sa kanilang mataas na antas ng aktibidad na antiviral. Ang mga paghahanda ng Elderberry, tulad ng mga tsaa, syrup, suka, palumpong, at jellies, ay maaaring magsulong ng kalusugan ng paghinga, paginhawahin ang pamamaga sa itaas na respiratoryo, at kumilos bilang expectorant para sa masikip na baga.

11. Caramelized Pear At Pomegranate Chutney

MGA INGREDIENTS:
- 2 malalaking hinog na peras (binalatan, tinadtad, at hiniwa)
- 1 tasang pomegranate aril
- ½ tasang brown sugar
- ¼ tasang apple cider vinegar
- 1 kutsarita ng giniling na kanela
- ½ kutsarita ng giniling na luya
- ¼ kutsarita ng giniling na mga clove
- Kurot ng asin
- 1 kutsarang langis ng oliba

MGA DIREKSYON:

a) Sa isang kawali, init ng langis ng oliba sa katamtamang init. Magdagdag ng diced peras at igisa ng 3-4 minuto hanggang lumambot.

b) Iwiwisik ang brown sugar sa mga peras at ipagpatuloy ang pagluluto, madalas na pagpapakilos, hanggang sa mag-caramelize ang asukal at mabalot ang mga peras, mga 5-7 minuto. Ibuhos ang apple cider vinegar, pagpapakilos upang matunaw ang kawali.

c) Magdagdag ng mga aril ng granada, giniling na kanela, giniling na luya, giniling na mga clove, at isang pakurot ng asin. Haluin mabuti.

d) Bawasan ang apoy sa mahina at kumulo para sa karagdagang 10 minuto, o hanggang sa lumapot ang chutney.

e) Alisin sa init at hayaang lumamig ang chutney bago ito ilipat sa garapon o lalagyan.

12. Tangy (Fermented) Fruit Chutney

MGA INGREDIENTS:
- 3–4 binalatan, tinadtad na mansanas, peach, o ½ tinadtad na pinya
- ½ tasa bawat pinatuyong tinadtad na aprikot, prun, dilaw na pasas, cranberry, seresa, pecan
- 1 hiniwang leek
- Juice ng dalawang lemon
- ¼ tasa ng whey, pinatuyo mula sa yogurt o tubig na kefir o kombucha (nagtitiyak ng mahusay na pagbuburo)
- 2 kutsarita ng asin sa dagat
- 1 kutsarita ng kanela
- ⅛ kutsarita ng red pepper flakes
- Tubig o tubig ng niyog upang takpan

INSTRUCTIONS:
a) Sa isang malaking mangkok, paghaluin ang lahat ng mga sangkap, maliban sa tubig.
b) Ilagay sa malinis na garapon ng salamin, na nag-iiwan ng isang pulgada o dalawa ng espasyo sa itaas.
c) Takpan at ipahinga sa temperatura ng silid sa loob ng 2-3 araw.
d) Mag-imbak sa refrigerator hanggang sa isang buwan o i-freeze.

13. Candied Fruit Chutney

MGA INGREDIENTS:
- 2 tasa ng pinaghalong minatamis na prutas, tinadtad
- 1 tasa ng pinatuyong mga aprikot, tinadtad
- 1/2 tasang pasas
- 1 tasang brown sugar
- 1 tasang apple cider vinegar
- 1 kutsaritang giniling na luya
- 1/2 kutsarita ng giniling na kanela
- Kurot ng cayenne pepper (opsyonal)

MGA TAGUBILIN:
a) Sa isang kasirola, pagsamahin ang lahat ng mga sangkap at pakuluan.
b) Bawasan ang apoy at kumulo ng 30-40 minuto o hanggang sa lumapot ang chutney.
c) Hayaang lumamig bago ihain.
d) Ang chutney na ito ay mahusay na ipinares sa mga inihaw na karne, keso, o bilang isang pagkalat sa mga sandwich.

14. Fruit Barbecue Chutney

MGA INGREDIENTS:
- 16 na maliliit na Shallots
- 1¼ tasa ng tuyong puting alak
- 4 katamtamang s Mga aprikot
- 2 malaking Peach
- 2 Buong plum na kamatis
- 12 Buong prun
- 2 katamtamang s Mga sibuyas ng bawang
- 2 kutsarang Low sodium soy sauce
- ½ tasa ng maitim na kayumangging asukal
- ¼ kutsarita ng Red pepper flakes

MGA TAGUBILIN:
a) Sa isang maliit na kasirola, paghaluin ang shallots at alak; dalhin sa isang pigsa sa mataas na init.
b) Bawasan ang init sa katamtamang mababang at hayaang kumulo, un Takpan na may takip , hanggang sa lumambot ang shallots, 15 hanggang 20 minuto
c) Paghaluin ang natitirang mga sangkap sa isang malaking kasirola, magdagdag ng mga shallots at alak, at pakuluan sa mataas na init. Bawasan ang init hanggang sa katamtaman ; lutuin hanggang masira ang mga prutas ngunit medyo makapal pa rin, 10 hanggang 15 minuto. Hayaang lumamig.
d) Ilipat fractional ng sauce sa food processor at puree. Gamitin ito bilang brine

15. Sweet And Sour Papaya Chutney

MGA INGREDIENTS:
- 1 Papaya (sariwa; hinog o jarred)
- 1 maliit na pulang sibuyas;Segmented napaka manipis
- 1 katamtamang Kamatis-(hanggang 2);binhi, maliit na diced
- ½ tasa Segmented scallion
- 1 maliit na Pinya; gupitin sa mga tipak
- 1 kutsarang Honey
- Asin; sa panlasa
- Bagong giniling na itim na paminta;sa panlasa
- ½ sariwang jalapeno; pinong tinadtad

MGA TAGUBILIN:
Paghaluin sa isang panghalo

16. Apple & Prune Chutney

MGA INGREDIENTS:
- 700 Gr.(1 pound,8 oz.)mansanas, binalatan, pinaghiwa at tinadtad
- 1250 Gr.(2 pound,11 oz.)prun
- 450 Gr.(1 pound) sibuyas, binalatan at hiniwa
- 2 tasang Sultanas
- 2 tasang Apple-suka
- 2⅔cup soft brown sugar
- 1 kutsarang Asin
- 1 kutsaritang Ground, allspice
- 1 kutsarita ng giniling na luya
- ¼kutsarita ng Ground nutmeg
- ¼kutsarita ng Ground cayenne pepper
- ¼kutsarita ng Ground cloves
- 2 kutsarita buto ng mustasa
- Sterilized glass jar

MGA TAGUBILIN:
Pakuluan ang lahat ng sangkap sa isang medyo malaking kawali.Bawasan ang apoy.Pakuluan ng humigit-kumulang 2 oras.
Kapag ang timpla ay sapat na ang kapal, ibuhos ang chutney sa mga isterilisadong garapon at isara ito kaagad.

17. Carambola Chutney

MGA INGREDIENTS:
- 2 tasang Carambola(star fruit)cubed(3/4 lb)
- ¼ tasa ng Asukal
- ½ tasa ng dry red wine
- 1 kutsarang Luya, binalatan ng pinong diced
- ¼ kutsarita ng Ground cloves
- 2 kutsarang White wine vinegar

MGA TAGUBILIN:
Paghaluin ang lahat ng sangkap sa katamtamang kasirola at haluing mabuti. Pakuluin sa katamtamang apoy at lutuin ng 25 minuto o pataas hanggang sa bahagyang lumapot.

18. Cardamom-Spiced Quince Chutney

MGA INGREDIENTS:
- 2 quinces, binalatan, tinadtad, at diced
- 1 sibuyas, pinong tinadtad
- 1/2 tasa ng brown sugar
- 1/4 tasa ng apple cider vinegar
- 1 kutsarita ng ground cardamom
- 1/2 kutsarita ng giniling na kanela
- 1/4 kutsarita na giniling na mga clove
- Kurot ng asin

MGA TAGUBILIN:
a) Sa isang kasirola, pagsamahin ang mga diced quinces, tinadtad na sibuyas, brown sugar, apple cider vinegar, ground cardamom, ground cinnamon, ground cloves, at isang pakurot ng asin.
b) Pakuluan ang timpla, pagkatapos ay bawasan ang apoy at lutuin ng mga 30-40 minuto o hanggang malambot ang quinces at lumapot ang chutney.
c) Ayusin ang tamis at pampalasa sa panlasa.
d) Hayaang lumamig ang quince chutney bago ihain. Mahusay itong ipinares sa keso, inihaw na karne, o bilang pampalasa para sa mga sandwich.

19.Banana Chutney

MGA INGREDIENTS:
- 6 na saging
- 1 tasang tinadtad na sibuyas
- 1 tasang pasas
- 1 tasang tinadtad na tart na mansanas
- 1 tasang Apple cider vinegar
- 2 tasang Asukal
- 1 kutsarang Asin
- 1 kutsarita ng giniling na luya
- 1 kutsarita ng Nutmeg
- ¼ tasa ng Cayenne Pepper
- ⅓cup lemon juice
- 3 cloves na tinadtad ng bawang

MGA TAGUBILIN:
Balatan at i-mash ang mga saging. Sa isang malaking casserole dish ihalo ang lahat ng sangkap. Maghurno sa isang 350~ grill para sa mga 2 oras, hinahalo paminsan-minsan.
Kapag lumapot, ilagay sa mga isterilisadong garapon at i-seal.

20.Petsa&Orange Chutney

MGA INGREDIENTS:
- 1 libra Hindi ginamot na mga dalandan
- 3½ tasa ng Asukal
- 7 kutsarang gintong syrup
- 2 kutsarang Coarse salt
- ¼ kutsarita Mga pinatuyong sili; dinurog
- 6¾ cup Malt vinegar
- 1 libra Mga sibuyas; hiniwa
- 1 libra Dates;binato at diced
- 1 kilong pasas

MGA TAGUBILIN:

Grate ang orange zest at itabi. Kunin ang ubod mula sa mga dalandan at itapon ang mga buto. Putulin nang pino ang laman ng orange. Sa isang malaking, hindi kinakalawang na bakal na kasirola, ihalo ang asukal, syrup, asin, sili, at suka.

Pakuluan sa mataas na init, haluin para matunaw ang asukal. Idagdag ang mga dalandan, sibuyas, petsa, pasas, at praksyonal ang grated zest. Bawasan ang apoy at kumulo hanggang lumapot, humigit-kumulang 1 oras. Haluin ang natitirang orange zest .

21. Sariwang Pineapple Chutney

MGA INGREDIENTS:
- 1 Lg.(6-7 lb)sariwang pinya
- 1 kutsarang Asin
- ½Lg.siwang bawang, minasa
- 1¾tasang walang binhing pasas
- 1¼ tasa Light brown sugar
- 1 tasang cider vinegar
- 2 2 pulgadang cinnamon sticks
- ¼kutsarita ng Ground cloves

MGA TAGUBILIN:

Balatan, i-segment at gupitin ang pinya. budburan ng asin at hayaang magpahinga ng 1½ oras. Patuyuin.

Ilagay ang bawang at pasas sa pamamagitan ng food chopper gamit ang katamtamang blade. Idagdag sa pinya.

Paghaluin ang asukal, suka at pampalasa sa isang kasirola at dalhin sa kumukulong punto. Idagdag ang pinaghalong prutas at lutuin sa katamtamang init hanggang lumapot, mga 45 minuto. Sandok sa mainit, isterilisadong fractional -ping na mga garapon at i-seal nang sabay-sabay.

22. Lime Chutney

MGA INGREDIENTS:
- 12 Limes
- 2 Pods ng bawang
- 4 na pulgadang piraso ng luya
- 8 berdeng sili
- 1 kutsarang Chilli powder
- 12 kutsarang Asukal
- 1 tasang Suka

MGA TAGUBILIN:
a) Linisin ang kalamansi at i-chop sa maliliit na piraso, alisin ang mga buto. Panatilihin ang anumang katas ng kalamansi na nakolekta habang hinihiwa. Pinong hatiin ang bawang, luya at mga sili.
b) Paghaluin ang lahat ng sangkap maliban sa suka. Lutuin sa mahinang apoy hanggang sa makapal ang timpla.
c) Idagdag ang suka at kumulo ng 5 minuto.
d) Palamig at bote. Kumain pagkatapos ng 3-4 na linggo.

23. Lime-Apple Chutney

MGA INGREDIENTS:
- ¼ tasa sariwang katas ng kalamansi
- 1 kutsarang Asin
- 1 maliit na sibuyas; napaka pino
- 1½ pounds Tart green na mansanas
- ¼ kutsaritang Red chile pepper flakes
- 1½ kutsarita Honey
- ¼ tasa hinimay na niyog na walang tamis

MGA TAGUBILIN:

Sa nonreactive dish, paghaluin ang katas ng kalamansi at asin at haluin hanggang matunaw ang asin.

Magdagdag ng sibuyas, mansanas, hot pepper flakes, honey at niyog. Haluin upang ihalo, pagkatapos ay Takpan ng takip at hayaang magpahinga ng hindi bababa sa 10 minuto bago ang Bahagi.

24.Pinausukang Apple Chutney

MGA INGREDIENTS:
- 4 pounds Granny Smith mansanas, binalatan at Segmented
- 1 malaking Pula o Berde na Bell Pepper, may binhi at diced
- 2 malalaking dilaw na sibuyas, hiniwa
- 1 malaking Clove Bawang, tinadtad
- 1 2" pirasong Fresh Ginger, manipis na Segmented
- 2 kutsarang Yellow mustard seed
- ½ tasang cider vinegar
- ¼ tasa ng Tubig
- 1 tasang Brown Sugar, nakaimpake
- ¾ cup Raisins o Currents

MGA TAGUBILIN:
Paghaluin ang lahat ng sangkap sa palayok.
Haluin upang ihalo. Ilagay sa itaas na rack ng smoker. Takpan gamit ang takip na smoker at manigarilyo 4 hanggang 5 oras, hinahalo ang chutney paminsan-minsan. Magdagdag ng mas maraming tubig kung kinakailangan. Anumang natira ay maaaring itago sa Takpan na may takip na mga garapon sa refrigerator sa loob ng ilang linggo.

25. Nectarine Chutney

MGA INGREDIENTS:
- 1 tasa Light brown sugar (naka-pack na)
- ½ tasang cider vinegar
- 4 na Nectarine, binalatan at hiniwa (hanggang 5)
- 1 tasang pasas
- 1 Buong lemon, Sarap ng
- 1 Buong limon, binalatan, binuhi, at hiniwa
- 2 kutsarang sariwang luya, tinadtad
- 1 malaking sibuyas na bawang, tinadtad
- ½ kutsarita Curry powder
- ¼ kutsarita ng Cayenne

MGA TAGUBILIN:

Sa isang katamtaman , nonreactive na kasirola, lutuin ang suka at brown sugar sa katamtamang apoy, hinahalo para matunaw ang asukal. Pakuluan. Idagdag ang mga natitirang sangkap.

Pakuluan ng 3 hanggang 5 minuto. Alisin sa init at palamig. Palamigin ng 2 linggo o lata. Ihain kasama ng manok, baboy o ham.

26. Mabilis na Peach Chutney

MGA INGREDIENTS:
- 2 lata Naka-segment na peach sa juice;(16 oz)reserve Juice
- ¼ cup Plus 1 kutsarang white wine vinegar
- ¼ tasa ng Asukal
- ½ tasa sibuyas;pinong diced
- 1 maliit na Jalapeno, may tangkay, may binhi; pinong diced
- ½ kutsarita ng giniling na kumin
- ¼ kutsarita ng Turmerik
- ¼ kutsarita ng Ground cinnamon
- ⅓ cup gintong pasas

MGA TAGUBILIN:
a) Sa isang katamtamang laki, hindi aluminyo na kasirola, ihalo ang suka, asukal, sibuyas at jalapeno. Haluin sa katamtaman - mababang apoy 3 minuto.
b) Iproseso ang pinatuyo na peach sa isang magaspang na katas sa isang food processor Idagdag sa kasirola na may ¼ tasa na nakareserbang peach juice,cumin,turmeric,cinnamon at mga pasas.
c) Pakuluan, bawasan ang init at kumulo ng 20 minuto, madalas na pagpapakilos.
d) Ilipat ang chutney sa isang ulam. Ihain nang mainit o sa temperatura ng kuwarto.

27. Cardamom-Spiced Mango Chutney

MGA INGREDIENTS:
- 2 tasang hiniwang hinog na mangga
- 1/2 tasa tinadtad na pulang sibuyas
- 1/4 tasa ng mga pasas
- 1/2 tasa ng brown sugar
- 1/2 tasang apple cider vinegar
- 1 kutsarita ng ground cardamom
- 1/2 kutsarita ng giniling na luya
- 1/4 kutsarita red pepper flakes (opsyonal)
- Asin sa panlasa

MGA TAGUBILIN:

a) Sa isang kasirola, pagsamahin ang diced mango, red onion, raisins, brown sugar, apple cider vinegar, ground cardamom, ground ginger, at red pepper flakes.

b) Pakuluan ang timpla, pagkatapos ay bawasan ang apoy at kumulo ng mga 30-40 minuto o hanggang lumapot ang chutney.

c) Timplahan ng asin ayon sa panlasa.

d) Hayaang lumamig ang chutney bago ihain. Mahusay itong ipinares sa mga inihaw na karne, kari, o bilang pampalasa para sa mga sandwich.

28. Pakwan Chutney na may Pepper

MGA INGREDIENTS:
- Balat ng 1 medium (6- to 8-pound / 2.7- to 3.6-kg) na pakwan, tinadtad sa ½-pulgadang piraso (4 na tasa)
- 1 malaking matamis na sibuyas, pinong tinadtad (1½ tasa)
- 1 malaking dilaw na paminta, pinong tinadtad (1 tasa)
- 3 serrano peppers, seeded at pinong tinadtad (½ tasa)
- ¼ tasa gadgad na binalatan ng sariwang luya (mga 6 na pulgada)
- 1½ tasang puting alak na suka
- 1½ tasang asukal
- 1 kutsarang buto ng mustasa
- 2 kutsaritang giniling na turmerik
- 1 kutsarita ng asin

MGA TAGUBILIN:

a) Ang recipe na ito ay mainit na nakaimpake, kaya't ilagay ang malinis na garapon sa mainit na tubig. Sa isang mas maliit na kaldero, magdagdag ng mga takip at singsing, 1 kutsarang distilled white vinegar, at tubig upang takpan. Pakuluan ng 5 minuto, pagkatapos ay alisin sa init at itabi.

b) Sa isang malaking kaldero, pagsamahin ang balat ng pakwan, sibuyas, kampanilya, serrano, luya, suka, asukal, buto ng mustasa, turmerik, at asin. Haluing mabuti. Pakuluan sa katamtamang init, madalas na pagpapakilos. Bawasan ang init sa mababang; kumulo ng 1 oras, madalas na pagpapakilos.

c) Ilagay ang mga mainit na garapon sa isang cutting board. Gamit ang funnel, sandok ang mainit na chutney sa mga garapon, na nag-iiwan ng ½-inch na headspace. Alisin ang anumang bula ng hangin at magdagdag ng karagdagang chutney kung kinakailangan upang mapanatili ang ½-inch na headspace.

d) Punasan ang gilid ng bawat garapon ng isang mainit na washcloth na isinawsaw sa distilled white vinegar. Maglagay ng takip at singsing sa bawat garapon at higpitan ng kamay.

e) Ilagay ang mga garapon sa paliguan ng tubig, siguraduhin na ang bawat garapon ay natatakpan ng hindi bababa sa 1 pulgada ng tubig. Magdagdag ng 2 kutsarang distilled white vinegar sa tubig at gawing mataas ang init.

f) Pakuluan at iproseso ang parehong pint at kalahating pint sa loob ng 10 minuto.

g) Siguraduhing huwag simulan ang iyong timer hanggang sa kumulo na ang tubig. Pagkatapos ng pagproseso, maghintay ng 5 minuto bago alisin ang mga garapon mula sa canner.

29.Plum Chutney na may Raisin

MGA INGREDIENTS:
- 3 pounds (1.4 kg) plum (20 medium), pitted at tinadtad (10 cups)
- 2 tasang naka-pack na light o dark brown sugar
- 2 tasang apple cider vinegar
- 2 tasang pasas
- 1 malaking sibuyas, pinong tinadtad (1 tasa)
- 2 kutsaritang tinadtad na sariwang luya
- 2 kutsarang buto ng mustasa
- ½ kutsarita ng asin
- 1 sibuyas ng bawang, tinadtad

MGA TAGUBILIN:
a) Ang recipe na ito ay mainit na nakaimpake, kaya't ilagay ang malinis na garapon sa mainit na tubig. Sa isang mas maliit na kaldero, magdagdag ng mga takip at singsing, 1 kutsarang distilled white vinegar, at tubig upang takpan. Pakuluan ng 5 minuto, pagkatapos ay alisin sa init at itabi.
b) Sa isang malaking stockpot, pagsamahin ang mga plum, brown sugar, suka, pasas, sibuyas, luya, buto ng mustasa, asin, at bawang. Haluing mabuti. Pakuluan sa katamtamang init, madalas na pagpapakilos. Bawasan ang apoy sa mahina at kumulo sa loob ng 30 minuto, haluin nang madalas upang maiwasan ang pagkapaso.
c) Ilagay ang mga mainit na garapon sa isang cutting board. Gamit ang funnel, sandok ang mainit na chutney sa mga garapon, na nag-iiwan ng ½-inch na headspace. Alisin ang anumang bula ng hangin at magdagdag ng karagdagang chutney kung kinakailangan upang mapanatili ang ½-inch na headspace.
d) Punasan ang gilid ng bawat garapon ng isang mainit na washcloth na isinawsaw sa distilled white vinegar. Maglagay ng takip at singsing sa bawat garapon at higpitan ng kamay.
e) Ilagay ang mga garapon sa paliguan ng tubig, siguraduhin na ang bawat garapon ay natatakpan ng hindi bababa sa 1 pulgada ng tubig. Magdagdag ng 2 kutsarang distilled white vinegar sa tubig at gawing mataas ang init. Pakuluan at iproseso ang parehong pint at kalahating pint sa loob ng 10 minuto. Siguraduhing huwag simulan ang iyong timer hanggang sa kumulo na ang tubig.
f) Pagkatapos ng pagproseso, maghintay ng 5 minuto bago alisin ang mga garapon mula sa canner.

30.Suka Peach Chutney

MGA INGREDIENTS:
- 5 libra (2.3 kg) dilaw na mga peach, o nectarine, binalatan, pinaghiwa, at hiniwa sa ½ pulgadang dice
- 2 tasang asukal
- 1½ tasang apple cider vinegar
- 1 tasang tinadtad na matamis na sibuyas
- ¾ tasa ng mga pasas
- 2 o 3 jalapeño peppers, diced
- 1 matamis na paminta ng saging, o ½ dilaw na paminta, diced
- 3 kutsarang buto ng mustasa
- 2 kutsarang gadgad na sariwang luya
- 2 sibuyas ng bawang, tinadtad
- 1 kutsarita garam masala
- ½ kutsarita ng ground turmeric

MGA TAGUBILIN:

a) Maghanda ng mainit na paliguan ng tubig. Ilagay ang mga garapon sa loob nito upang manatiling mainit. Hugasan ang mga takip at singsing sa mainit, may sabon na tubig, at itabi.

b) Sa isang malalim na kaldero o isang preserving pot na nakalagay sa katamtamang init, pagsamahin ang mga peach, asukal, cider vinegar, sibuyas, pasas, jalapeño, paminta ng saging, buto ng mustasa, luya, bawang, garam masala, at turmeric. Dahan-dahang pakuluan, madalas na pagpapakilos. Bawasan ang init sa mababang. Pakuluan ng 1 oras, o hanggang napakakapal.

c) Ilagay ang chutney sa mga inihandang garapon, mag-iwan ng ¼ pulgada ng headspace. Gumamit ng nonmetallic utensil para palabasin ang anumang bula ng hangin. Punasan ang mga rim na malinis at i-seal gamit ang mga takip at singsing.

d) Iproseso ang mga garapon sa isang mainit na paliguan ng tubig sa loob ng 10 minuto. Patayin ang apoy at hayaang magpahinga ang mga garapon sa paliguan ng tubig sa loob ng 10 minuto.

e) Maingat na alisin ang mga garapon mula sa hot water canner. Itabi upang palamig ng 12 oras.

f) Suriin ang mga takip para sa tamang mga seal. Alisin ang mga singsing, punasan ang mga garapon, lagyan ng label at lagyan ng petsa ang mga ito, at ilipat sa isang aparador o pantry.

g) Para sa pinakamahusay na lasa, hayaang matuyo ang chutney sa loob ng 3 hanggang 4 na linggo bago ihain. Palamigin ang anumang mga garapon na hindi nakatatak nang maayos, at gamitin sa loob ng 6 na linggo. Ang mga garapon ng maayos na selyado ay tatagal sa aparador sa loob ng 12 buwan. Kapag nabuksan, palamigin at ubusin sa loob ng 6 na linggo.

31. Garlicky Lime Chutney

MGA INGREDIENTS:
- 12 limes, scrubbed at hiwa sa ½-inch dice
- 12 sibuyas ng bawang, hiniwa ng manipis na pahaba
- 1 (4-pulgada) na piraso ng sariwang luya, binalatan at hiniwa ng manipis
- 8 green chile peppers (jalapeños o serranos), stemmed, seeded, at hiniwang manipis
- 1 kutsarang sili na pulbos
- 1 tasang distilled white vinegar
- ¾ tasa ng asukal

MGA TAGUBILIN:

a) Maghanda ng mainit na paliguan ng tubig. Ilagay ang mga garapon sa loob nito upang manatiling mainit. Hugasan ang mga takip at singsing sa mainit, may sabon na tubig, at itabi.

b) Sa katamtamang kasirola, pagsamahin ang kalamansi, bawang, luya, sili, at sili, haluing mabuti, at pakuluan.

c) Idagdag ang suka at asukal, ibalik sa kumulo, at lutuin, paminsan-minsang pagpapakilos, hanggang sa lumambot ang kalamansi at ang timpla ay sapat na upang mabundok kapag nalaglag mula sa kutsara, mga 70 minuto. Alisin mula sa init.

d) Ilagay ang chutney sa mga inihandang garapon, mag-iwan ng ¼ pulgada ng headspace. Gumamit ng nonmetallic utensil para palabasin ang anumang bula ng hangin. Punasan ang mga rim na malinis at i-seal gamit ang mga takip at singsing.

e) Iproseso ang mga garapon sa isang mainit na paliguan ng tubig sa loob ng 20 minuto. Patayin ang apoy at hayaang magpahinga ang mga garapon sa paliguan ng tubig sa loob ng 10 minuto.

f) Maingat na alisin ang mga garapon mula sa hot water canner. Itabi upang palamig sa loob ng 12 oras.

g) Suriin ang mga takip para sa tamang mga seal. Alisin ang mga singsing, punasan ang mga garapon, lagyan ng label at lagyan ng petsa ang mga ito, at ilipat sa isang aparador o pantry.

h) Para sa pinakamahusay na lasa, hayaang magpahinga ang chutney ng 3 araw bago ihain. Palamigin ang anumang mga garapon na hindi nakatatak nang maayos, at gamitin sa loob ng 6 na linggo. Ang mga garapon ng maayos na selyado ay tatagal sa aparador sa loob ng 12 buwan.

i) Kapag nabuksan, palamigin at ubusin sa loob ng 6 na linggo.

32.Pinya At Jalapeno Chutney

MGA INGREDIENTS:
- 2 tasang diced na pinya
- 1 jalapeno pepper, seeded at pinong tinadtad
- 1/2 tasang apple cider vinegar
- 1/4 tasa ng brown sugar
- 1 kutsarita gadgad na luya
- 1/2 kutsarita buto ng mustasa
- Kurot ng asin

MGA TAGUBILIN:

a) Sa isang kasirola, pagsamahin ang diced na pinya, tinadtad na jalapeno, apple cider vinegar, brown sugar, gadgad na luya, buto ng mustasa, at isang pakurot ng asin.

b) Pakuluan ang pinaghalong sa katamtamang init, pagkatapos ay bawasan ang apoy sa mababang at kumulo para sa mga 20-25 minuto, paminsan-minsang pagpapakilos, hanggang sa lumapot ang chutney.

c) Alisin mula sa init at hayaang lumamig bago ilipat sa mga isterilisadong garapon. Itabi sa refrigerator.

33. Spiced Apple At Cranberry Chutney

MGA INGREDIENTS:
- 2 tasang diced na mansanas (tulad ng Granny Smith)
- 1 tasang sariwa o frozen na cranberry
- 1/2 tasang apple cider vinegar
- 1/2 tasa ng butil na asukal
- 1/4 tasa ng tubig
- 1 kutsarita ng giniling na kanela
- 1/4 kutsarita na giniling na mga clove
- Kurot ng asin

MGA TAGUBILIN:
a) Sa isang kasirola, pagsamahin ang mga diced na mansanas, cranberry, apple cider vinegar, asukal, tubig, giniling na kanela, giniling na mga clove, at isang pakurot ng asin.
b) Pakuluan ang pinaghalong sa katamtamang init, pagkatapos ay bawasan ang apoy sa mahina at kumulo ng mga 15-20 minuto, paminsan-minsang pagpapakilos, hanggang sa lumambot ang mga mansanas at cranberry at lumapot ang chutney.
c) Alisin mula sa init at hayaang lumamig bago ilipat sa mga isterilisadong garapon. Itabi sa refrigerator.

34. Sweet at Spicy na Mango Chutney

MGA INGREDIENTS:
- 2 hinog na mangga, binalatan, hiniwa, at hiniwa
- 1/2 tasa ng puting suka
- 1/2 tasa ng brown sugar
- 1 maliit na sibuyas, pinong tinadtad
- 2 cloves ng bawang, tinadtad
- 1 kutsarang gadgad na luya
- 1 kutsarita buto ng mustasa
- 1/2 kutsarita ng giniling na turmeric
- 1/4 kutsarita ng cayenne pepper (adjust sa panlasa)
- Kurot ng asin

MGA TAGUBILIN:
a) Sa isang kasirola, pagsamahin ang mga diced na mangga, puting suka, brown sugar, tinadtad na sibuyas, tinadtad na bawang, gadgad na luya, buto ng mustasa, giniling na turmeric, cayenne pepper, at isang kurot ng asin.
b) Pakuluan ang timpla sa katamtamang init, pagkatapos ay bawasan ang apoy sa mababang at kumulo para sa mga 25-30 minuto, paminsan-minsang pagpapakilos, hanggang sa lumapot ang chutney.
c) Alisin mula sa init at hayaang lumamig bago ilipat sa mga isterilisadong garapon. Itabi sa refrigerator.

35. Cherry At Balsamic Chutney

MGA INGREDIENTS:
- 2 tasang sariwa o nagyelo na mga cherry, pinag-pitted
- 1/2 tasa ng balsamic vinegar
- 1/4 tasa ng pulot
- 1/4 tasa ng tubig
- 1 kutsarita gadgad na orange zest
- 1/4 kutsarita ng giniling na kanela
- Kurot ng asin

MGA TAGUBILIN:
a) Sa isang kasirola, pagsamahin ang mga pitted cherries, balsamic vinegar, honey, tubig, grated orange zest, ground cinnamon, at isang pakurot ng asin.
b) Pakuluan ang pinaghalong sa katamtamang init, pagkatapos ay bawasan ang apoy sa mahina at kumulo ng mga 20-25 minuto, paminsan-minsang pagpapakilos, hanggang sa lumambot ang mga cherry at lumapot ang chutney.
c) Alisin mula sa init at hayaang lumamig bago ilipat sa mga isterilisadong garapon. Itabi sa refrigerator.

36. Peras At Ginger Chutney

MGA INGREDIENTS:
- 2 hinog na peras, binalatan, tinadtad, at diced
- 1/2 tasang apple cider vinegar
- 1/4 tasa ng butil na asukal
- 1/4 tasa ng brown sugar
- 1 maliit na sibuyas, pinong tinadtad
- 2 kutsarang sariwang luya, tinadtad
- 1/2 kutsarita buto ng mustasa
- 1/4 kutsarita ng giniling na kanela
- Kurot ng asin

MGA TAGUBILIN:

a) Sa isang kasirola, pagsamahin ang mga diced na peras, apple cider vinegar, granulated sugar, brown sugar, tinadtad na sibuyas, tinadtad na luya, buto ng mustasa, giniling na kanela, at isang pakurot ng asin.

b) Pakuluan ang pinaghalong sa katamtamang init, pagkatapos ay bawasan ang apoy sa mababang at kumulo para sa mga 20-25 minuto, paminsan-minsang pagpapakilos, hanggang sa lumapot ang chutney.

c) Alisin mula sa init at hayaang lumamig bago ilipat sa mga isterilisadong garapon. Itabi sa refrigerator.

37. Spiced Plum Chutney

MGA INGREDIENTS:
- 2 tasang diced plum
- 1/2 tasang apple cider vinegar
- 1/4 tasa ng butil na asukal
- 1/4 tasa ng pinatuyong cranberry
- 1 maliit na sibuyas, pinong tinadtad
- 2 cloves ng bawang, tinadtad
- 1 kutsarita buto ng mustasa
- 1/2 kutsarita ng giniling na luya
- 1/4 kutsarita na giniling na mga clove
- Kurot ng asin

MGA TAGUBILIN:
a) Sa isang kasirola, pagsamahin ang mga diced plum, apple cider vinegar, granulated sugar, dried cranberries, tinadtad na sibuyas, tinadtad na bawang, buto ng mustasa, giniling na luya, giniling na mga clove, at isang pakurot ng asin.
b) Pakuluan ang timpla sa katamtamang init, pagkatapos ay bawasan ang apoy sa mababang at kumulo para sa mga 25-30 minuto, paminsan-minsang pagpapakilos, hanggang sa lumapot ang chutney.
c) Alisin mula sa init at hayaang lumamig bago ilipat sa mga isterilisadong garapon. Itabi sa refrigerator.

38.Kiwi At Pineapple Chutney

MGA INGREDIENTS:
- 2 hinog na kiwi, binalatan at diced
- 1 tasang diced na pinya
- 1/2 tasang apple cider vinegar
- 1/4 tasa ng brown sugar
- 1 maliit na pulang kampanilya paminta, diced
- 1 maliit na sibuyas, pinong tinadtad
- 1 kutsarita gadgad na luya
- 1/4 kutsarita red pepper flakes
- Kurot ng asin

MGA TAGUBILIN:
a) Sa isang kasirola, pagsamahin ang diced kiwi, diced pineapple, apple cider vinegar, brown sugar, diced red bell pepper, tinadtad na sibuyas, gadgad na luya, red pepper flakes, at isang pakurot ng asin.
b) Pakuluan ang pinaghalong sa katamtamang init, pagkatapos ay bawasan ang apoy sa mababang at kumulo para sa mga 20-25 minuto, paminsan-minsang pagpapakilos, hanggang sa lumapot ang chutney.
c) Alisin mula sa init at hayaang lumamig bago ilipat sa mga isterilisadong garapon. Itabi sa refrigerator.

GULAY CHUTNEY

39. Talong At Tomato Chutney

MGA INGREDIENTS:
- 1.5 kg ng hinog na itlog o mga kamatis na hinog ng baging
- 1 ½ kutsarita ng mga buto ng haras
- 1 ½ kutsarita ng mga buto ng cumin
- 1 ½ kutsarita ng brown na buto ng mustasa
- ¼ tasa ng extra virgin olive oil
- 2 pulang sibuyas, pinong tinadtad
- 2 cloves ng bawang, pinong tinadtad
- 2 pulang bird's-eye chili, pinagbinhan at pinong tinadtad
- 2 kutsarita ng dahon ng thyme
- 450 g ng talong, gupitin sa 1 cm na piraso
- 3 Granny Smith na mansanas, binalatan, tinadtad, at pinutol sa 1 cm na piraso
- 1 tasa ng red wine vinegar
- 1 tasa na mahigpit na nakaimpake na brown sugar

MGA TAGUBILIN:

a) Gumawa ng maliit na cross-shaped incision sa base ng bawat kamatis, pagkatapos ay blanch ang mga ito sa tatlong magkakahiwalay na batch sa isang palayok ng tubig na kumukulo sa loob ng mga 30 segundo o hanggang sa magsimulang lumuwag ang mga balat. Pagkatapos, palamig ang mga ito nang mabilis sa isang lababo na puno ng malamig na tubig, at pagkatapos ay alisan ng balat ang mga kamatis.

b) Hatiin ang binalatan na mga kamatis sa kalahati nang pahalang at i-scoop ang mga buto at juice sa isang mangkok; isantabi ang mga ito. Hiwa-hiwain ang laman ng kamatis at itabi din.

c) Sa isang malaki at mabigat na kasirola, pukawin ang mga buto ng haras, buto ng kumin, at buto ng kayumangging mustasa sa katamtamang init sa loob ng humigit-kumulang 1 minuto, o hanggang sa maging mabango. Pagkatapos, ilipat ang mga pampalasa na ito sa isang mangkok.

d) Ibalik ang kasirola sa katamtamang init, idagdag ang langis ng oliba. Ngayon, idagdag ang pinong tinadtad na sibuyas, bawang, sili, thyme, at 3 kutsarita ng asin. Haluin paminsan-minsan at lutuin ng mga 5 minuto.

e) Isama ang talong sa pinaghalong at magpatuloy sa pagluluto, paminsan-minsang pagpapakilos, para sa humigit-kumulang 8 minuto, o hanggang sa ang mga gulay ay maging malambot. Idagdag ang tinadtad na laman ng kamatis, ang dating toasted spices, mansanas, red wine vinegar, at brown sugar.
f) Salain ang nakareserbang tomato juice sa kasirola, itapon ang mga buto. Dalhin ang pinaghalong kumulo, pagkatapos ay hayaan itong maluto nang humigit-kumulang 45 minuto, o hanggang sa ang karamihan sa likido ay sumingaw.
g) Ilagay ang mainit na chutney sa mga isterilisadong garapon habang mainit pa ito, at isara kaagad ang mga garapon.

40. Rhubarb Chutney

MGA INGREDIENTS:
- 1 libra Rhubarb
- 2 kutsaritang ginadgad na sariwang luya
- 2 sibuyas ng bawang
- 1 jalapeno chile,(o higit pa)mga buto at ugat Ilabas
- 1 kutsarita ng Paprika
- 1 kutsarang Black mustard seeds
- ¼ tasa ng mga currant
- 1 tasa Light brown sugar
- 1½ tasa Banayad na suka

MGA TAGUBILIN:
a) Hugasan ang rhubarb at hatiin sa mga piraso¼-pulgada ang kapal. Kung malapad ang mga tangkay, gupitin muna ang mga ito sa kalahati o pangatlo.
b) Hiwain nang pino ang gadgad na luya na may bawang at sili.
c) Ilagay ang lahat ng mga sangkap sa isang non-corrosive na kawali, pakuluan, pagkatapos ay ibaba ang apoy at kumulo hanggang sa masira ang rhubarb at magkaroon ng texture ng jam, mga 30 minuto.
d) Itabi sa ref sa isang garapon na salamin.

41. Sibuyas Chutney

MGA INGREDIENTS:
- 6 tasa Diced matamis na sibuyas
- ½ tasa sariwang lemon juice
- 2 kutsarita Buong cumin seed
- 1 kutsarita Buong buto ng mustasa
- ½ kutsarita ng sarsa ng Tabasco
- ¼ kutsarita ng Red pepper flakes
- 2 kutsarita ng giniling na sili
- ¼ tasa Light brown sugar
- 1 bawat Asin sa panlasa

MGA TAGUBILIN:

Paghaluin ang lahat ng sangkap sa mabigat na kasirola sa katamtamang init. Pakuluan, madalas na haluin. Kapag kumulo ang timpla, agad na alisin sa init at ilagay sa mainit na mga isterilisadong garapon. Vacuum seal

42. Zucchini Chutney

MGA INGREDIENTS:
- 3 katamtamang s Zucchini
- 1 Mga sibuyas
- ½ kutsarita Hing
- ½ kutsarita ng Tamcon
- 2 berdeng sili

MGA TAGUBILIN:

a) Iprito ang hiniwang zucchini, sibuyas, at berdeng sili. Magdagdag ng turmerik, asin, lutuin sa mahinang apoy sa loob ng 5 hanggang 10 minuto. Pakuluan ang tamcon, idagdag upang ihalo sa itaas.

b) I-pulverize ang buong bagay sa mixer.

43. Tomato Chutney With Chile

MGA INGREDIENTS:
- 1 kutsaritang buto ng kumin
- 1 kutsarita ng itim na buto ng mustasa
- 1 kutsarita buto ng kulantro
- 1 kutsarita na buto ng haras
- 4 na pinatuyong sili
- ½ kutsarita ng red pepper flakes
- 2 tasang puting suka
- ½ tasang asukal
- 8 tasa na binalatan, tinadtad, at pinatuyo ang Roma o iba pang i-paste na kamatis
- 12 sibuyas ng bawang, tinadtad
- 1 kutsarita ng adobo na asin

MGA TAGUBILIN:

a) Sa isang mainit at tuyo na kawali, pagsamahin ang mga buto ng cumin, buto ng mustasa, buto ng kulantro, buto ng haras, at sili. I-toast ang mga pampalasa, patuloy na pagpapakilos, hanggang sa mabango. Ilipat ang mga pampalasa sa isang maliit na mangkok. Idagdag ang red pepper flakes. Itabi.

b) Sa isang malaking palayok na nakalagay sa katamtamang init, pagsamahin ang puting suka at asukal. Dalhin sa isang kumulo, pagpapakilos upang matunaw ang asukal.

c) Idagdag ang mga kamatis, nakareserbang pampalasa, at bawang. Pakuluan. Bawasan ang init sa katamtaman. Pakuluan ng halos 1½ oras, o hanggang lumapot. Haluin paminsan-minsan sa una at mas madalas habang lumalapot. Kapag lumapot na, haluin ang pickling salt at alisin sa apoy.

d) Maghanda ng mainit na paliguan ng tubig. Ilagay ang mga garapon sa loob nito upang manatiling mainit. Hugasan ang mga takip at singsing sa mainit, may sabon na tubig, at itabi.

e) Ilagay ang chutney sa mga inihandang garapon, mag-iwan ng ½ pulgada ng headspace. Gumamit ng nonmetallic utensil para palabasin ang anumang bula ng hangin. Punasan ang mga rim na malinis at i-seal gamit ang mga takip at singsing.

f) Iproseso ang mga garapon sa isang mainit na paliguan ng tubig sa loob ng 15 minuto. Patayin ang apoy at hayaang magpahinga ang mga garapon sa paliguan ng tubig sa loob ng 10 minuto.
g) Maingat na alisin ang mga garapon mula sa hot water canner. Itabi upang palamig sa loob ng 12 oras.
h) Suriin ang mga takip para sa tamang mga seal. Alisin ang mga singsing, punasan ang mga garapon, lagyan ng label at lagyan ng petsa ang mga ito, at ilipat sa isang aparador o pantry.
i) Para sa pinakamahusay na lasa, hayaang matuyo ang chutney sa loob ng 3 hanggang 4 na linggo bago ihain. Palamigin ang anumang mga garapon na hindi nakatatak nang maayos, at gamitin sa loob ng 6 na linggo. Ang mga garapon ng maayos na selyado ay tatagal sa aparador ng 12 .

44.Karot At Ginger Chutney

MGA INGREDIENTS:
- 2 tasang gadgad na karot
- 1 kutsarang gadgad na luya
- 1/2 tasang apple cider vinegar
- 1/4 cup honey o brown sugar
- 1 kutsarita buto ng mustasa
- 1/2 kutsaritang buto ng kumin
- 1/4 kutsarita ng turmeric powder
- Asin sa panlasa

MGA TAGUBILIN:
a) Init ang isang kutsarang mantika sa isang kawali. Magdagdag ng buto ng mustasa at buto ng kumin. Kapag sila ay tumalsik, magdagdag ng gadgad na karot at gadgad na luya. Lutuin hanggang lumambot ang karot.
b) Magdagdag ng apple cider vinegar, honey (o brown sugar), turmeric powder, at asin. Haluin mabuti.
c) Magluto sa mahinang apoy hanggang sa lumapot ang pinaghalong, paminsan-minsang pagpapakilos. Ayusin ang tamis at pampalasa ayon sa panlasa.
d) Hayaang lumamig nang lubusan bago itago sa mga isterilisadong garapon. Palamigin at gamitin sa loob ng ilang linggo.

45. Bell Pepper Chutney

MGA INGREDIENTS:
- 2 pulang kampanilya paminta, diced
- 1 berdeng paminta, hiniwa
- 1 sibuyas, tinadtad
- 2 cloves ng bawang, tinadtad
- 1-pulgada na piraso ng luya, gadgad
- 1 kutsarang langis ng gulay
- 2 kutsarang apple cider vinegar
- 2 kutsarang brown sugar
- 1/2 kutsaritang buto ng kumin
- Asin sa panlasa

MGA TAGUBILIN:
a) Init ang mantika sa isang kawali sa katamtamang init. Magdagdag ng mga buto ng cumin at hayaang tumalsik ang mga ito.
b) Magdagdag ng tinadtad na sibuyas, tinadtad na bawang, at gadgad na luya. Igisa hanggang sa maging translucent ang sibuyas.
c) Magdagdag ng diced bell peppers at lutuin hanggang lumambot.
d) Haluin ang apple cider vinegar, brown sugar, at asin. Lutuin hanggang lumapot ng bahagya ang chutney.
e) Hayaang lumamig ang chutney bago ito ilipat sa mga isterilisadong garapon. Itabi sa refrigerator.

46. Maanghang na Cauliflower Chutney

MGA INGREDIENTS:
- 2 tasang cauliflower florets
- 1 sibuyas, tinadtad
- 2 berdeng sili, tinadtad
- 2 cloves ng bawang, tinadtad
- 1 kutsarita buto ng mustasa
- 1 kutsaritang buto ng kumin
- 1/4 kutsarita ng turmeric powder
- 1/4 tasa puting suka
- 2 kutsarang brown sugar
- Asin sa panlasa

MGA TAGUBILIN:

a) I-steam ang cauliflower florets hanggang lumambot, pagkatapos ay i-chop ang mga ito.
b) Init ang mantika sa isang kawali sa katamtamang init. Magdagdag ng buto ng mustasa at buto ng kumin. Hayaan silang mag-splutter.
c) Magdagdag ng tinadtad na sibuyas, berdeng sili, at tinadtad na bawang. Igisa hanggang sa maging golden brown ang sibuyas.
d) Haluin ang tinadtad na cauliflower, turmeric powder, puting suka, brown sugar, at asin. Lutuin hanggang lumapot ang timpla.
e) Hayaang lumamig nang buo ang chutney bago ito itago sa mga isterilisadong garapon. Palamigin at gamitin sa loob ng ilang linggo.

47. Beetroot Chutney

MGA INGREDIENTS:
- 2 tasang gadgad na beetroot
- 1 sibuyas, tinadtad
- 2 cloves ng bawang, tinadtad
- 1-pulgada na piraso ng luya, gadgad
- 1/4 tasa ng apple cider vinegar
- 2 kutsarang pulot o brown sugar
- 1/2 kutsaritang buto ng kumin
- 1/4 kutsarita ng cinnamon powder
- Asin sa panlasa

MGA TAGUBILIN:
a) Init ang mantika sa isang kawali sa katamtamang init. Magdagdag ng mga buto ng cumin at hayaan silang mag-splutter.
b) Magdagdag ng tinadtad na sibuyas, tinadtad na bawang, at gadgad na luya. Igisa hanggang sa maging translucent ang sibuyas.
c) Magdagdag ng grated beetroot at lutuin hanggang lumambot.
d) Haluin ang apple cider vinegar, honey (o brown sugar), cinnamon powder, at asin. Lutuin hanggang lumapot ng bahagya ang chutney.
e) Hayaang lumamig nang buo ang chutney bago ito ilipat sa mga isterilisadong garapon. Itabi sa refrigerator.

48.Spinach At Peanut Chutney

MGA INGREDIENTS:
- 2 tasang sariwang dahon ng spinach
- 1/2 tasang inihaw na mani
- 2 berdeng sili
- 2 cloves ng bawang
- 1-pulgada na piraso ng luya
- 2 kutsarang lemon juice
- Asin sa panlasa

MGA TAGUBILIN:

a) Sa isang blender o food processor, pagsamahin ang sariwang dahon ng spinach, inihaw na mani, berdeng sili, bawang, luya, lemon juice, at asin.

b) Haluin hanggang makinis, magdagdag ng kaunting tubig kung kinakailangan upang maabot ang iyong ninanais na pagkakapare-pareho.

c) Ilipat ang chutney sa isang serving bowl. Ayusin ang pampalasa kung kinakailangan. Maglingkod bilang isang sawsaw o spread.

49. Labanos Chutney

MGA INGREDIENTS:
- 2 tasang gadgad na labanos
- 1 sibuyas, tinadtad
- 2 berdeng sili
- 2 kutsarang gadgad na niyog
- 1 kutsarang lemon juice
- 1 kutsarita buto ng mustasa
- 1/2 kutsaritang buto ng kumin
- Kurot ng asafoetida (hing)
- Asin sa panlasa

MGA TAGUBILIN:
a) Init ang mantika sa isang kawali sa katamtamang init. Magdagdag ng buto ng mustasa at hayaang tumalsik ang mga ito.
b) Magdagdag ng mga buto ng cumin at asafoetida, na sinusundan ng tinadtad na mga sibuyas at berdeng sili. Igisa hanggang sa maging translucent ang sibuyas.
c) Lagyan ng gadgad na labanos at lutuin hanggang lumambot.
d) Haluin ang gadgad na niyog at lutuin ng isa pang minuto.
e) Alisin mula sa init at hayaang lumamig nang bahagya ang timpla. Pagkatapos ay magdagdag ng lemon juice at asin. Haluing mabuti.
f) Ihain ang radish chutney bilang side dish o condiment.

50. Mais At Kamatis Chutney

MGA INGREDIENTS:
- 1 tasang sariwang butil ng mais
- 2 kamatis, tinadtad
- 1 sibuyas, tinadtad
- 2 cloves ng bawang, tinadtad
- 1-pulgada na piraso ng luya, gadgad
- 2 berdeng sili
- 1 kutsarang langis ng gulay
- 1 kutsarita buto ng mustasa
- 1/2 kutsarita ng turmeric powder
- Asin sa panlasa
- Mga sariwang dahon ng kulantro para sa dekorasyon

MGA TAGUBILIN:
a) Init ang mantika sa isang kawali sa katamtamang init. Magdagdag ng buto ng mustasa at hayaang mag-splutter.
b) Magdagdag ng tinadtad na sibuyas, tinadtad na bawang, gadgad na luya, at berdeng sili. Igisa hanggang malambot at maaninag ang mga sibuyas.
c) Magdagdag ng sariwang butil ng mais at tinadtad na kamatis. Lutuin hanggang lumambot ang kamatis at malambot ang mais.
d) Haluin ang turmeric powder at asin. Haluing mabuti at lutuin ng isa pang minuto.
e) Alisin sa init at hayaang lumamig nang bahagya ang chutney. Palamutihan ng sariwang dahon ng kulantro bago ihain.

51. Green Bean Chutney

MGA INGREDIENTS:
- 2 tasang tinadtad na green beans
- 1 sibuyas, tinadtad
- 2 berdeng sili
- 2 kutsarang gadgad na niyog
- 1 kutsarang tamarind paste
- 1 kutsarita buto ng mustasa
- 1/2 kutsaritang buto ng kumin
- Kurot ng asafoetida (hing)
- Asin sa panlasa

MGA TAGUBILIN:
a) Init ang mantika sa isang kawali sa katamtamang init. Magdagdag ng buto ng mustasa at hayaang tumalsik ang mga ito.
b) Magdagdag ng mga buto ng cumin at asafoetida, na sinusundan ng tinadtad na mga sibuyas at berdeng sili. Igisa hanggang sa maging translucent ang sibuyas.
c) Magdagdag ng tinadtad na green beans at lutuin hanggang sa lumambot.
d) Haluin ang gadgad na niyog at tamarind paste. Magluto ng isa pang minuto.
e) Alisin mula sa init at hayaang lumamig nang bahagya ang timpla. Pagkatapos ay magdagdag ng asin at haluing mabuti.
f) Ihain ang green bean chutney bilang side dish o condiment.

52. Spicy Green Tomato Chutney

MGA INGREDIENTS:
- 2 tasang berdeng kamatis, diced
- 1 sibuyas, pinong tinadtad
- 2 berdeng sili, tinadtad
- 2 cloves ng bawang, tinadtad
- 1-pulgada na piraso ng luya, gadgad
- 1/4 tasa ng apple cider vinegar
- 2 kutsarang brown sugar
- 1/2 kutsarita buto ng mustasa
- 1/2 kutsaritang buto ng kumin
- 1/4 kutsarita ng turmeric powder
- Asin sa panlasa

MGA TAGUBILIN:

a) Init ang mantika sa isang kawali sa katamtamang init. Magdagdag ng buto ng mustasa at buto ng kumin. Hayaan silang mag-splutter.

b) Magdagdag ng tinadtad na sibuyas, berdeng sili, tinadtad na bawang, at gadgad na luya. Igisa hanggang sa maging translucent ang sibuyas.

c) Magdagdag ng diced green tomatoes at lutuin hanggang lumambot.

d) Haluin ang apple cider vinegar, brown sugar, turmeric powder, at asin. Lutuin hanggang sa bahagyang lumapot ang timpla.

e) Hayaang lumamig nang lubusan ang chutney bago ito ilipat sa mga isterilisadong garapon. Itabi sa refrigerator.

53.Kalabasa At Raisin Chutney

MGA INGREDIENTS:
- 2 tasang kalabasa, diced
- 1 sibuyas, tinadtad
- 1/2 tasang pasas
- 2 kutsarang apple cider vinegar
- 2 kutsarang pulot o brown sugar
- 1/2 kutsarita buto ng mustasa
- 1/2 kutsaritang buto ng kumin
- 1/4 kutsarita ng cinnamon powder
- Kurot ng nutmeg
- Asin sa panlasa

MGA TAGUBILIN:
a) Init ang mantika sa isang kawali sa katamtamang init. Magdagdag ng buto ng mustasa at buto ng kumin. Hayaan silang mag-splutter.
b) Magdagdag ng tinadtad na sibuyas at igisa hanggang sa maging translucent.
c) Magdagdag ng diced pumpkin at lutuin hanggang lumambot.
d) Haluin ang mga pasas, apple cider vinegar, honey (o brown sugar), cinnamon powder, nutmeg, at asin. Lutuin hanggang lumapot ng bahagya ang chutney.
e) Hayaang lumamig nang buo ang chutney bago ito ilipat sa mga isterilisadong garapon. Itabi sa refrigerator.

54. Spinach At Coconut Chutney

MGA INGREDIENTS:
- 2 tasang dahon ng spinach, hugasan at tinadtad
- 1 sibuyas, tinadtad
- 1/2 tasa gadgad na niyog
- 2 berdeng sili
- 2 kutsarang lemon juice
- 1 kutsarita buto ng mustasa
- 1/2 kutsaritang buto ng kumin
- 1/4 kutsarita ng turmeric powder
- Asin sa panlasa

MGA TAGUBILIN:
a) Init ang mantika sa isang kawali sa katamtamang init. Magdagdag ng buto ng mustasa at buto ng kumin. Hayaan silang mag-splutter.
b) Magdagdag ng tinadtad na sibuyas at igisa hanggang sa maging translucent.
c) Magdagdag ng tinadtad na dahon ng spinach at lutuin hanggang sa matuyo.
d) Haluin ang gadgad na niyog, berdeng sili, lemon juice, turmeric powder, at asin. Magluto ng ilang minuto pa.
e) Hayaang lumamig nang lubusan ang chutney bago ito ilipat sa mga isterilisadong garapon. Itabi sa refrigerator.

55. Labanos At Mint Chutney

MGA INGREDIENTS:
- 2 tasang gadgad na labanos
- 1/2 tasa sariwang dahon ng mint
- 1/4 tasa ng inihaw na mani
- 2 berdeng sili
- 2 kutsarang lemon juice
- 1 kutsarita buto ng mustasa
- 1/2 kutsaritang buto ng kumin
- 1/4 kutsarita ng pulang sili na pulbos
- Asin sa panlasa

MGA TAGUBILIN:
a) Init ang mantika sa isang kawali sa katamtamang init. Magdagdag ng buto ng mustasa at buto ng kumin. Hayaan silang mag-splutter.
b) Lagyan ng gadgad na labanos at igisa hanggang lumambot.
c) Sa isang blender, pagsamahin ang sariwang dahon ng mint, inihaw na mani, berdeng sili, lemon juice, pulang sili na pulbos, at asin. Haluin sa isang makinis na i-paste.
d) Ihalo ang mint paste sa pinaghalong labanos. Magluto ng ilang minuto pa.
e) Hayaang lumamig nang buo ang chutney bago ito ilipat sa mga isterilisadong garapon. Itabi sa refrigerator.

56. Capsicum (Bell Pepper) At Tomato Chutney

MGA INGREDIENTS:
- 2 medium-sized na kamatis, diced
- 2 medium-sized na capsicum (bell peppers), diced
- 1 sibuyas, pinong tinadtad
- 2 berdeng sili, tinadtad
- 1 kutsarang ginger-garlic paste
- 1 kutsarita buto ng mustasa
- 1 kutsaritang buto ng kumin
- 1/2 kutsarita ng turmeric powder
- 1 kutsarita ng pulang sili na pulbos
- 1 kutsarang suka
- Asin sa panlasa
- 2 kutsarang mantika

MGA TAGUBILIN:

a) Init ang mantika sa isang kawali. Magdagdag ng buto ng mustasa at buto ng kumin. Hayaan silang mag-splutter.

b) Magdagdag ng tinadtad na sibuyas at berdeng sili. Igisa hanggang sa maging golden brown ang sibuyas.

c) Magdagdag ng ginger-garlic paste at igisa ng isang minuto.

d) Magdagdag ng diced tomatoes at capsicums. Lutuin hanggang lumambot.

e) Haluin ang turmeric powder, red chili powder, suka, at asin. Maglulto ng ilang minuto pa hanggang sa lumapot ang chutney.

f) Hayaang lumamig nang buo ang chutney bago ito itago sa mga isterilisadong garapon. Palamigin at gamitin sa loob ng ilang linggo.

57. Spicy Brinjal (Eggplant) Chutney

MGA INGREDIENTS:
- 2 medium-sized na brinjals (eggplants), diced
- 1 sibuyas, tinadtad
- 2 kamatis, tinadtad
- 2 berdeng sili, tinadtad
- 2 cloves ng bawang, tinadtad
- 1 kutsarang tamarind paste
- 1 kutsarita buto ng mustasa
- 1 kutsaritang buto ng kumin
- 1/2 kutsarita ng turmeric powder
- 1 kutsarita ng pulang sili na pulbos
- Asin sa panlasa
- 2 kutsarang mantika

MGA TAGUBILIN:
a) Init ang mantika sa isang kawali. Magdagdag ng buto ng mustasa at buto ng kumin. Hayaan silang mag-splutter.
b) Magdagdag ng tinadtad na sibuyas at berdeng sili. Igisa hanggang sa maging translucent ang sibuyas.
c) Magdagdag ng tinadtad na bawang at igisa ng isang minuto.
d) Magdagdag ng diced brinjals at kamatis. Lutuin hanggang sila ay maging malambot.
e) Haluin ang tamarind paste, turmeric powder, red chili powder, at asin. Magluto ng ilang minuto pa hanggang sa lumapot ang chutney.
f) Hayaang lumamig nang buo ang chutney bago ito itago sa mga isterilisadong garapon. Palamigin at gamitin sa loob ng ilang linggo.

58.Maanghang na Carrot Chutney

MGA INGREDIENTS:
- 2 tasang gadgad na karot
- 1 sibuyas, tinadtad
- 2 berdeng sili, tinadtad
- 2 kutsarang gadgad na niyog
- 1 kutsarita buto ng mustasa
- 1 kutsarita urad dal (hati ng itim na gramo)
- 1/2 kutsaritang buto ng kumin
- 1/4 kutsarita asafoetida (hing)
- 1 kutsarang tamarind paste
- Asin sa panlasa
- 2 kutsarang mantika

MGA TAGUBILIN:
a) Init ang mantika sa isang kawali. Magdagdag ng buto ng mustasa, urad dal, at buto ng kumin. Hayaan silang mag-splutter.
b) Magdagdag ng tinadtad na sibuyas at berdeng sili. Igisa hanggang sa maging translucent ang sibuyas.
c) Magdagdag ng gadgad na karot at gadgad na niyog. Lutuin hanggang lumambot ang mga karot.
d) Haluin ang tamarind paste, asafoetida, at asin. Magluto ng ilang minuto pa hanggang sa lumapot ang chutney.
e) Hayaang lumamig nang buo ang chutney bago ito itago sa mga isterilisadong garapon. Palamigin at gamitin sa loob ng ilang linggo.

59. Tangy Ridge Gourd (Luffa) Chutney

MGA INGREDIENTS:
- 2 tasang gadgad na tagaytay na lung (luffa)
- 1 sibuyas, tinadtad
- 2 berdeng sili, tinadtad
- 1 kutsarang gadgad na luya
- 1 kutsarang gadgad na niyog
- 1 kutsarita buto ng mustasa
- 1 kutsarita urad dal (hati ng itim na gramo)
- 1/2 kutsarita ng fenugreek seeds
- 1/4 kutsarita asafoetida (hing)
- 1 kutsarang tamarind paste
- Asin sa panlasa
- 2 kutsarang mantika

MGA TAGUBILIN:

a) Init ang mantika sa isang kawali. Magdagdag ng buto ng mustasa, urad dal, buto ng fenugreek, at asafoetida. Hayaan silang mag-splutter.

b) Magdagdag ng tinadtad na sibuyas, berdeng sili, at gadgad na luya. Igisa hanggang sa maging translucent ang sibuyas.

c) Lagyan ng gadgad na tagaytay na lung at gadgad na niyog. Lutuin hanggang lumambot ang ridge gourd.

d) Haluin ang tamarind paste at asin. Magluto ng ilang minuto pa hanggang sa lumapot ang chutney.

e) Hayaang lumamig nang buo ang chutney bago ito itago sa mga isterilisadong garapon. Palamigin at gamitin sa loob ng ilang linggo.

HERB CHUTNEY

60. Fijian Cilantro At Lime Chutney

MGA INGREDIENTS:
- 1 tasa sariwang dahon ng cilantro, tinanggal ang mga tangkay
- Katas ng 2 kalamansi
- 2 cloves ng bawang, tinadtad
- 1-2 berdeng sili, pinong tinadtad
- ½ kutsarita cumin powder
- Asin sa panlasa

MGA TAGUBILIN:
a) Sa isang food processor, pagsamahin ang cilantro, lime juice, tinadtad na bawang, tinadtad na berdeng sili, cumin powder, at asin.
b) Haluin hanggang magkaroon ka ng makinis na chutney na may maliwanag, tangy na lasa.
c) Ihain ang cilantro at lime chutney na ito bilang zesty condiment para sa mga inihaw o pritong pinggan.

61. Cilantro-Mint Chutney

MGA INGREDIENTS:
- 2 tasang sariwang dahon ng cilantro
- 1 tasang sariwang dahon ng mint
- ⅓ tasa ng plain yogurt
- ¼ tasa ng pinong tinadtad na sibuyas
- 1 kutsarang katas ng kalamansi
- 1½ kutsarita ng asukal
- ½ kutsarita ng giniling na kumin
- ¼ kutsarita ng table salt

MGA TAGUBILIN:

a) Iproseso ang lahat ng sangkap sa isang food processor hanggang makinis, mga 20 segundo, i-scrap ang mga gilid ng mangkok kung kinakailangan.

62. Coconut Cilantro Chutney

MGA INGREDIENTS:
- 1 tasang sariwang dahon ng cilantro
- ½ tasang hinimay na niyog
- 1 berdeng sili, binulaan at tinadtad
- 2 kutsarang lemon juice
- 1 kutsarang inihaw na chana dal (split chickpeas)
- 1 kutsarang gadgad na niyog (opsyonal)
- Asin sa panlasa

MGA TAGUBILIN:
a) Sa blender o food processor, pagsamahin ang mga dahon ng cilantro, ginutay-gutay na niyog, berdeng sili, lemon juice, roasted chana dal, grated coconut (kung ginagamit), at asin.
b) Haluin hanggang makakuha ka ng makinis at creamy consistency.
c) Ayusin ang asin at lemon juice ayon sa iyong panlasa.
d) Ilipat sa isang serving bowl at palamigin hanggang handa nang gamitin.
e) Ihain bilang sawsaw para sa mga samosa, dosas, o bilang isang spread para sa mga sandwich.

63. Pineapple Mint Chutney

MGA INGREDIENTS:
- 2 tasang sariwang pinya, diced
- 1/2 tasa pulang sibuyas, pinong tinadtad
- 1/4 tasa sariwang dahon ng mint, tinadtad
- 1 jalapeño pepper, pinong tinadtad
- 2 kutsarang katas ng kalamansi
- 2 kutsarang pulot
- Kurot ng asin

MGA TAGUBILIN:
a) Sa isang mangkok, pagsamahin ang diced sariwang pinya, pinong tinadtad na pulang sibuyas, tinadtad na sariwang dahon ng mint, pinong tinadtad na jalapeño pepper, katas ng kalamansi, pulot, at isang kurot ng asin.
b) Paghaluin nang mabuti ang mga sangkap upang matiyak ang pantay na pamamahagi ng mga lasa.
c) Hayaang lumamig ang chutney sa refrigerator nang hindi bababa sa 1 oras bago ihain.
d) Ihain ang pineapple mint chutney na ito bilang isang nakakapreskong bahagi ng inihaw na manok, isda, o bilang isang topping para sa mga tacos.

64. Fenugreek Sprout At Tomato Chutney

MGA INGREDIENTS:
- 2 tasang fenugreek sprouts
- 4 na kamatis, tinadtad
- 1 sibuyas, tinadtad
- 2 berdeng sili, tinadtad
- Mga sibuyas ng bawang, tinadtad
- Mga buto ng mustasa
- Mga buto ng cumin
- Mga dahon ng kari
- Asin sa panlasa
- Langis para sa pagluluto

MGA TAGUBILIN:
a) Sa isang kawali, magpainit ng mantika at magdagdag ng buto ng mustasa, buto ng kumin, at dahon ng kari. Hayaan silang mag-slutter.
b) Magdagdag ng tinadtad na sibuyas, berdeng sili, at tinadtad na bawang. Igisa hanggang sa maging translucent ang sibuyas.
c) Magdagdag ng tinadtad na kamatis at lutuin hanggang sa lumambot.
d) Haluin ang fenugreek sprouts at lutuin ng ilang minuto.
e) Timplahan ng asin at ipagpatuloy ang pagluluto hanggang sa lumapot ang timpla.
f) Ihain ang fenugreek sprout at tomato chutney na may kanin o bilang isang side dish.

65. Coriander Chutney

MGA INGREDIENTS:
- ½ kutsarita cumin seeds, toasted at giniling
- ½ kutsarita dilaw na buto ng mustasa, inihaw at giniling
- 1 malaking bungkos ng cilantro
- 1 maliit na dilaw na sibuyas, binalatan at tinadtad (mga ½ tasa)
- ¼ tasa ng hindi matamis na niyog
- 3 kutsarang gadgad na luya
- 2 serrano chiles, stemmed (para sa mas mababang init, alisin ang mga buto)
- Zest at juice ng 2 lemon
- Asin sa panlasa

MGA TAGUBILIN:
a) Pagsamahin ang lahat ng mga sangkap sa isang blender at timpla sa mataas hanggang makinis.
b) Magdagdag ng tubig kung kinakailangan upang makamit ang isang makapal na i-paste.

66. Basil Pesto Chutney

MGA INGREDIENTS:
- 2 tasang sariwang dahon ng basil
- 1/4 tasa ng pine nuts o walnuts
- 2 cloves ng bawang
- 1/4 tasa ng gadgad na Parmesan cheese
- 1/2 tasa ng langis ng oliba
- Asin at paminta para lumasa

MGA TAGUBILIN:
a) Sa isang food processor, pagsamahin ang mga dahon ng basil, pine nuts o walnuts, bawang, at Parmesan cheese.
b) Pulse hanggang coarsely tinadtad.
c) Habang tumatakbo ang processor ng pagkain, dahan-dahang magdagdag ng langis ng oliba hanggang ang timpla ay bumubuo ng isang makinis na paste.
d) Timplahan ng asin at paminta ayon sa panlasa.
e) Ilipat ang pesto chutney sa isang garapon at iimbak sa refrigerator. Maaari itong gamitin bilang isang spread, sawsaw, o sauce para sa pasta.

67.Dill At Yogurt Chutney

MGA INGREDIENTS:
- 1 tasa sariwang dill, tinadtad
- 1 tasang plain yogurt
- 1 sibuyas na bawang, tinadtad
- 1 kutsarang lemon juice
- Asin sa panlasa

MGA TAGUBILIN:
a) Sa isang mangkok, paghaluin ang tinadtad na dill, plain yogurt, tinadtad na bawang, lemon juice, at asin.
b) Haluin hanggang sa maayos na pinagsama.
c) Ayusin ang pampalasa sa panlasa, magdagdag ng higit pang asin o lemon juice kung ninanais.
d) Ihain ang dill at yogurt chutney na pinalamig bilang isang nakakapreskong saliw sa mga inihaw na karne, inihaw na gulay, o bilang isang sawsaw para sa mga chips o crackers.

68. Parsley At Walnut Chutney

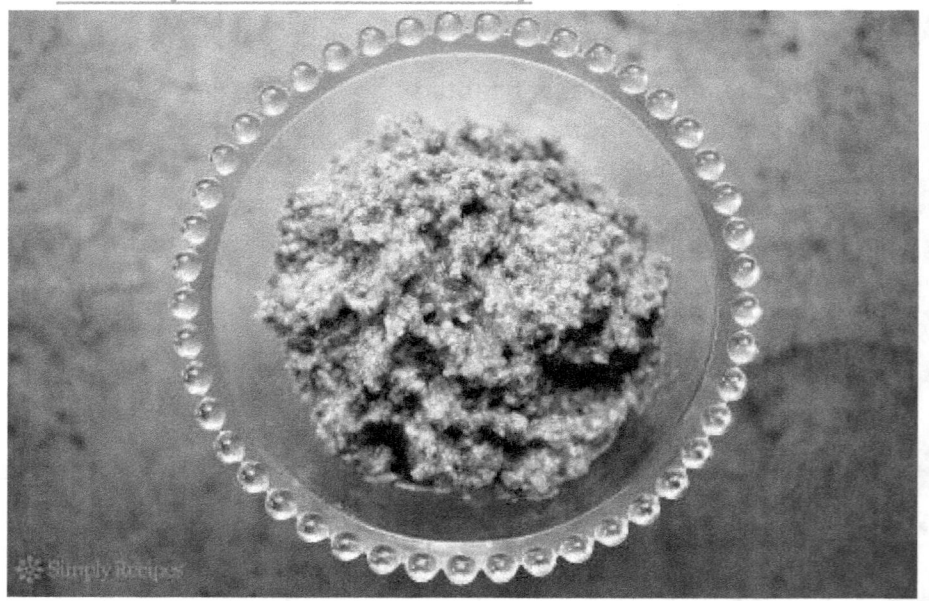

MGA INGREDIENTS:
- 1 tasang sariwang dahon ng perehil
- 1/2 tasa ng mga walnut
- 1 sibuyas na bawang
- 2 kutsarang lemon juice
- 1/4 tasa ng langis ng oliba
- Asin at paminta para lumasa

MGA TAGUBILIN:
a) Sa isang food processor, pagsamahin ang sariwang dahon ng parsley, mga walnuts, bawang, at lemon juice.
b) Pulse hanggang makinis na tinadtad.
c) Habang tumatakbo ang food processor, dahan-dahang ibuhos ang langis ng oliba hanggang sa ang timpla ay bumuo ng makinis na paste.
d) Timplahan ng asin at paminta ayon sa panlasa.
e) Ilipat ang parsley at walnut chutney sa isang garapon at palamigin hanggang handa nang gamitin. Mahusay itong ipinares sa mga inihaw na karne, isda, o bilang isang spread para sa mga sandwich.

69. Rosemary At Almond Chutney

MGA INGREDIENTS:
- 1/2 tasa sariwang dahon ng rosemary
- 1/4 tasa ng mga almendras
- 1 sibuyas na bawang
- 1 kutsarang lemon juice
- 1/4 tasa ng langis ng oliba
- Asin sa panlasa

MGA TAGUBILIN:
a) Sa isang food processor, pagsamahin ang mga sariwang dahon ng rosemary, almond, bawang, at lemon juice.
b) Pulse hanggang coarsely tinadtad.
c) Habang tumatakbo ang food processor, unti-unting magdagdag ng olive oil hanggang sa maabot ng timpla ang iyong ninanais na consistency.
d) Timplahan ng asin ayon sa panlasa.
e) Ilipat ang rosemary at almond chutney sa isang garapon at palamigin hanggang handa nang gamitin. Nagdaragdag ito ng masarap na suntok sa mga inihaw na gulay, inihaw na karne, o bilang pang-top para sa crostini.

70. Mint At Cashew Chutney

MGA INGREDIENTS:
- 1 tasang sariwang dahon ng mint
- 1/2 tasa ng inihaw na kasoy
- 2 berdeng sili, tinadtad
- 1 kutsarang gadgad na niyog (opsyonal)
- 1 kutsarang lemon juice
- Asin sa panlasa
- Tubig, kung kinakailangan

MGA TAGUBILIN:

a) Sa isang blender o food processor, pagsamahin ang sariwang dahon ng mint, inihaw na kasoy, tinadtad na berdeng sili, gadgad na niyog (kung gumagamit), lemon juice, at isang kurot ng asin.

b) Haluin hanggang makinis, magdagdag ng tubig kung kinakailangan upang maabot ang iyong ninanais na pagkakapare-pareho.

c) Tikman at ayusin ang pampalasa kung kinakailangan.

d) Ilipat ang mint at cashew chutney sa isang garapon at iimbak ito sa refrigerator. Ihain bilang sawsaw o ipakalat na may mga meryenda o pagkain.

71. Cilantro At Peanut Chutney

MGA INGREDIENTS:
- 1 tasang sariwang dahon ng cilantro
- 1/2 tasang inihaw na mani
- 2 berdeng sili, tinadtad
- 1 kutsarang gadgad na luya
- 1 kutsarang tamarind paste
- Asin sa panlasa
- Tubig, kung kinakailangan

MGA TAGUBILIN:
a) Sa isang blender o food processor, pagsamahin ang sariwang dahon ng cilantro, inihaw na mani, tinadtad na berdeng sili, gadgad na luya, tamarind paste, at asin.
b) Haluin hanggang makinis, unti-unting magdagdag ng tubig upang makamit ang ninanais na pagkakapare-pareho.
c) Ayusin ang pampalasa ayon sa panlasa.
d) Ilipat ang cilantro at peanut chutney sa isang garapon at palamigin hanggang handa nang gamitin. Ihain bilang pampalasa o pansawsaw na sarsa na may mga meryenda o pagkaing Indian.

72. Chive At Walnut Chutney

MGA INGREDIENTS:
- 1 tasa sariwang chives, tinadtad
- 1/2 tasa ng mga walnut
- 1 sibuyas na bawang
- 1 kutsarang lemon juice
- 1/4 tasa ng langis ng oliba
- Asin at paminta para lumasa

MGA TAGUBILIN:
a) Sa isang food processor, pagsamahin ang sariwang chives, walnuts, bawang, lemon juice, at olive oil.
b) Pulse hanggang ang timpla ay bumubuo ng isang magaspang na paste.
c) Timplahan ng asin at paminta ayon sa panlasa.
d) Ilipat ang chive at walnut chutney sa isang garapon at palamigin hanggang handa nang gamitin. Mag-enjoy bilang spread para sa mga sandwich, topping para sa mga inihaw na gulay, o sawsaw para sa crackers.

73. Sage At Hazelnut Chutney

MGA INGREDIENTS:
- 1 tasang sariwang dahon ng sage
- 1/2 tasa toasted hazelnuts
- 1 sibuyas na bawang
- Sarap ng 1 lemon
- 2 kutsarang lemon juice
- 1/4 tasa ng langis ng oliba
- Asin at paminta para lumasa

MGA TAGUBILIN:
a) Sa isang food processor, pagsamahin ang sariwang dahon ng sage, toasted hazelnuts, bawang, lemon zest, lemon juice, at olive oil.
b) Pulse hanggang sa ang timpla ay bumuo ng chunky paste.
c) Timplahan ng asin at paminta ayon sa panlasa.
d) Ilipat ang sage at hazelnut chutney sa isang garapon at palamigin hanggang handa nang gamitin. Ihain bilang pampalasa para sa mga inihaw na karne, inihaw na isda, o bilang pampalasa para sa mga sopas at nilaga.

74.Lemon Thyme Chutney

MGA INGREDIENTS:
- 1 tasang sariwang dahon ng thyme
- 1/2 tasa ng almond, toasted
- 1 sibuyas na bawang
- Zest at juice ng 1 lemon
- 1/4 tasa ng langis ng oliba
- Asin sa panlasa

MGA TAGUBILIN:
a) Sa isang food processor, pagsamahin ang sariwang dahon ng thyme, toasted almond, bawang, lemon zest, at lemon juice.
b) Pulse hanggang ang timpla ay bumubuo ng isang magaspang na paste.
c) Habang tumatakbo ang food processor, dahan-dahang ibuhos ang langis ng oliba hanggang sa maayos na pinagsama.
d) Timplahan ng asin ayon sa panlasa.
e) Ilipat ang lemon thyme chutney sa isang garapon at palamigin hanggang handa nang gamitin. Mahusay itong ipinares sa mga inihaw na karne, inihaw na gulay, o bilang isang pagkalat sa mga sandwich.

75. Tarragon At Pistachio Chutney

MGA INGREDIENTS:
- 1 tasa sariwang dahon ng tarragon
- 1/2 tasa ng pistachios, pinalamanan at inihaw
- 1 bawang, tinadtad
- 1 kutsarang white wine vinegar
- 1/4 tasa ng langis ng oliba
- Asin at paminta para lumasa

MGA TAGUBILIN:
a) Sa isang food processor, pagsamahin ang mga sariwang dahon ng tarragon, toasted pistachios, tinadtad na shallot, at white wine vinegar.
b) Pulse hanggang ang timpla ay bumubuo ng isang magaspang na paste.
c) Habang tumatakbo ang food processor, dahan-dahang ibuhos ang langis ng oliba hanggang sa maayos na pinagsama.
d) Timplahan ng asin at paminta ayon sa panlasa.
e) Ilipat ang tarragon at pistachio chutney sa isang garapon at palamigin hanggang handa nang gamitin. Ito ay masarap ihain kasama ng inihaw na isda, manok, o bilang isang sawsaw para sa crudites.

76. Oregano At Walnut Chutney

MGA INGREDIENTS:
- 1 tasang sariwang dahon ng oregano
- 1/2 tasa ng mga walnuts, toasted
- 2 cloves ng bawang
- Zest at juice ng 1 lemon
- 1/4 tasa ng langis ng oliba
- Asin sa panlasa

MGA TAGUBILIN:
a) Sa isang food processor, pagsamahin ang sariwang dahon ng oregano, toasted walnuts, bawang, lemon zest, at lemon juice.
b) Pulse hanggang ang timpla ay bumubuo ng isang magaspang na paste.
c) Habang tumatakbo ang food processor, dahan-dahang ibuhos ang langis ng oliba hanggang sa maayos na pinagsama.
d) Timplahan ng asin ayon sa panlasa.
e) Ilipat ang oregano at walnut chutney sa isang garapon at palamigin hanggang handa nang gamitin. Ito ay hindi kapani-paniwala bilang isang topping para sa mga inihaw na gulay, pasta, o bilang isang pagkalat sa bruschetta.

77. Sage At Pine Nut Chutney

MGA INGREDIENTS:
- 1 tasang sariwang dahon ng sage
- 1/2 tasa ng pine nuts, toasted
- 1 bawang, tinadtad
- 1 kutsarang balsamic vinegar
- 1/4 tasa ng langis ng oliba
- Asin at paminta para lumasa

MGA TAGUBILIN:
a) Sa isang food processor, pagsamahin ang sariwang dahon ng sage, toasted pine nuts, tinadtad na shallot, at balsamic vinegar.
b) Pulse hanggang ang timpla ay bumubuo ng isang magaspang na paste.
c) Habang tumatakbo ang food processor, dahan-dahang ibuhos ang langis ng oliba hanggang sa maayos na pinagsama.
d) Timplahan ng asin at paminta ayon sa panlasa.
e) Ilipat ang sage at pine nut chutney sa isang garapon at palamigin hanggang handa nang gamitin. Ito ay isang kasiya-siyang saliw sa mga inihaw na karne, inihaw na gulay, o bilang isang pagkalat sa crostini.

78. Rosemary At Garlic Chutney

MGA INGREDIENTS:
- 1 tasang sariwang dahon ng rosemary
- 4 na butil ng bawang
- 1/4 tasa ng pine nuts, toasted
- 1/4 tasa ng gadgad na Parmesan cheese
- 1/4 tasa ng langis ng oliba
- Asin at paminta para lumasa

MGA TAGUBILIN:
a) Sa isang food processor, pagsamahin ang mga sariwang dahon ng rosemary, mga clove ng bawang, toasted pine nuts, at grated Parmesan cheese.
b) Pulse hanggang ang timpla ay makinis na tinadtad.
c) Habang tumatakbo ang food processor, dahan-dahang ibuhos ang langis ng oliba hanggang sa maging paste ang timpla.
d) Timplahan ng asin at paminta ayon sa panlasa.
e) Ilipat ang rosemary at garlic chutney sa isang garapon at palamigin hanggang handa nang gamitin. Ito ay perpekto para sa pagkalat sa tinapay, sandwich, o bilang isang sawsaw para sa mga crackers.

79. Chive At Lemon Zest Chutney

MGA INGREDIENTS:
- 1 tasa sariwang chives, tinadtad
- Sarap ng 2 lemon
- 1/4 tasa toasted almonds
- 2 kutsarang lemon juice
- 1/4 tasa ng extra-virgin olive oil
- Asin at paminta para lumasa

MGA TAGUBILIN:
a) Sa isang food processor, pagsamahin ang sariwang chives, lemon zest, toasted almonds, at lemon juice.
b) Pulse hanggang ang timpla ay makinis na tinadtad.
c) Habang tumatakbo ang food processor, dahan-dahang ibuhos ang langis ng oliba hanggang sa ang timpla ay bumuo ng isang makinis na paste.
d) Timplahan ng asin at paminta ayon sa panlasa.
e) Ilipat ang chive at lemon zest chutney sa isang garapon at palamigin hanggang handa nang gamitin. Masarap itong ihain kasama ng inihaw na isda, inihaw na gulay, o bilang pang-ibabaw sa mga salad.

80. Sage At Lemon Thyme Chutney

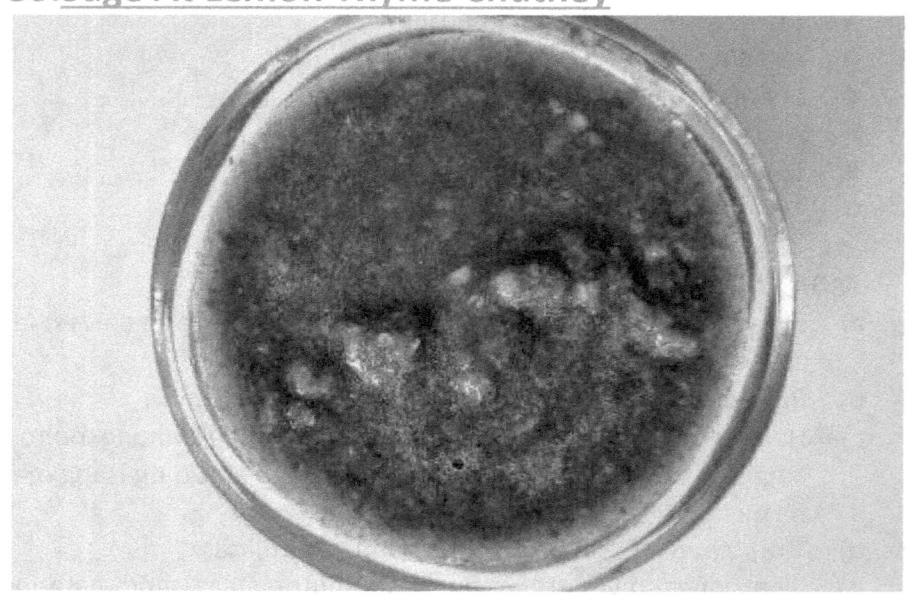

MGA INGREDIENTS:
- 1 tasang sariwang dahon ng sage
- 1/2 tasa sariwang dahon ng lemon thyme
- 1/4 tasa ng walnuts, toasted
- 2 cloves ng bawang
- Zest at juice ng 1 lemon
- 1/4 tasa ng extra-virgin olive oil
- Asin sa panlasa

MGA TAGUBILIN:
a) Sa isang food processor, pagsamahin ang sariwang dahon ng sage, dahon ng lemon thyme, toasted walnuts, mga clove ng bawang, lemon zest, at lemon juice.
b) Pulse hanggang ang timpla ay bumubuo ng isang magaspang na paste.
c) Habang tumatakbo ang food processor, dahan-dahang ibuhos ang langis ng oliba hanggang sa maayos na pinagsama ang timpla.
d) Timplahan ng asin ayon sa panlasa.
e) Ilipat ang sage at lemon thyme chutney sa isang garapon at palamigin hanggang handa nang gamitin. Ito ay isang magandang saliw sa mga inihaw na karne, inihaw na gulay, o bilang isang pagkalat sa mga sandwich.

81. Basil At Sun-Dried Tomato Chutney

MGA INGREDIENTS:
- 2 tasang sariwang dahon ng basil
- 1/2 tasa ng sun-dried tomatoes (naka-pack na mantika), pinatuyo
- 1/4 tasa ng pine nuts, toasted
- 2 cloves ng bawang
- 1/4 tasa ng gadgad na Parmesan cheese
- 1/4 tasa ng extra-virgin olive oil
- Asin at paminta para lumasa

MGA TAGUBILIN:
a) Sa isang food processor, pagsamahin ang mga sariwang dahon ng basil, mga kamatis na pinatuyo sa araw, mga toasted pine nuts, mga clove ng bawang, at gadgad na Parmesan cheese.
b) Pulse hanggang ang timpla ay bumubuo ng isang makapal na i-paste.
c) Habang tumatakbo ang food processor, dahan-dahang ibuhos ang langis ng oliba hanggang sa maayos na pinagsama ang timpla.
d) Timplahan ng asin at paminta ayon sa panlasa.
e) Ilipat ang basil at sun-dried tomato chutney sa isang garapon at palamigin hanggang handa nang gamitin. Ito ay hindi kapani-paniwalang inihagis kasama ng pasta, inilatag sa bruschetta, o inihahain kasama ng inihaw na manok o isda.

82. Tarragon At Shallot Chutney

MGA INGREDIENTS:
- 1 tasa sariwang dahon ng tarragon
- 2 shallots, tinadtad
- 1/4 tasa ng puting alak na suka
- 1/4 tasa ng langis ng oliba
- 2 kutsarang pulot
- Asin at paminta para lumasa

MGA TAGUBILIN:
a) Sa isang food processor, pagsamahin ang mga sariwang dahon ng tarragon, tinadtad na shallots, white wine vinegar, olive oil, at honey.
b) Pulse hanggang ang timpla ay bumubuo ng isang makinis na i-paste.
c) Timplahan ng asin at paminta ayon sa panlasa.
d) Ilipat ang tarragon at shallot chutney sa isang garapon at palamigin hanggang handa nang gamitin. Mahusay itong ipinares sa mga inihaw na karne, isda, o bilang isang pagkalat sa mga sandwich.

83. Lemon Verbena At Almond Chutney

MGA INGREDIENTS:
- 1 tasa sariwang dahon ng lemon verbena
- 1/2 tasa ng almond, toasted
- 1 sibuyas na bawang
- Zest at juice ng 1 lemon
- 1/4 tasa ng extra-virgin olive oil
- Asin sa panlasa

MGA TAGUBILIN:
a) Sa isang food processor, pagsamahin ang sariwang dahon ng lemon verbena, toasted almond, bawang, lemon zest, at lemon juice.
b) Pulse hanggang ang timpla ay bumubuo ng isang magaspang na paste.
c) Habang tumatakbo ang food processor, dahan-dahang ibuhos ang langis ng oliba hanggang sa maayos na pinagsama.
d) Timplahan ng asin ayon sa panlasa.
e) Ilipat ang lemon verbena at almond chutney sa isang garapon at palamigin hanggang handa nang gamitin. Ito ay mahusay bilang isang spread sa crostini, itinatapon ng pasta, o inihahain kasama ng mga inihaw na gulay.

84. Marjoram At Hazelnut Chutney

MGA INGREDIENTS:
- 1 tasang sariwang dahon ng marjoram
- 1/2 tasa ng hazelnuts, toasted
- 1 bawang, tinadtad
- 1 kutsarang red wine vinegar
- 1/4 tasa ng langis ng oliba
- Asin at paminta para lumasa

MGA TAGUBILIN:
a) Sa isang food processor, pagsamahin ang sariwang dahon ng marjoram, toasted hazelnuts, tinadtad na shallot, at red wine vinegar.
b) Pulse hanggang ang timpla ay bumubuo ng isang magaspang na paste.
c) Habang tumatakbo ang food processor, dahan-dahang ibuhos ang langis ng oliba hanggang sa maayos na pinagsama.
d) Timplahan ng asin at paminta ayon sa panlasa.
e) Ilipat ang marjoram at hazelnut chutney sa isang garapon at palamigin hanggang handa nang gamitin. Masarap itong ihain kasama ng mga inihaw na karne, inihaw na seafood, o bilang isang sawsaw para sa crusty na tinapay.

85.Oregano At Pecan Chutney

MGA INGREDIENTS:
- 1 tasang sariwang dahon ng oregano
- 1/2 tasa ng pecans, toasted
- 2 cloves ng bawang
- Zest at juice ng 1 lemon
- 1/4 tasa ng extra-virgin olive oil
- Asin at paminta para lumasa

MGA TAGUBILIN:

a) Sa isang food processor, pagsamahin ang mga sariwang dahon ng oregano, toasted pecans, mga clove ng bawang, lemon zest, at lemon juice.
b) Pulse hanggang ang timpla ay bumubuo ng isang magaspang na paste.
c) Habang tumatakbo ang food processor, dahan-dahang ibuhos ang langis ng oliba hanggang sa maayos na pinagsama.
d) Timplahan ng asin at paminta ayon sa panlasa.
e) Ilipat ang oregano at pecan chutney sa isang garapon at palamigin hanggang handa nang gamitin. Ito ay kahanga-hanga bilang isang pag-atsara para sa mga inihaw na karne, hinahalo sa mga sopas, o bilang isang pang-ibabaw para sa mga inihaw na gulay.

FLORAL CHUTNEY

86.Rose Hip At Sultanas Chutney

MGA INGREDIENTS:
- 1 pound rose hips, itinaas, buntot, at mga buto ay inalis
- 1 pint cider vinegar
- ½ libra sultanas
- 1 libra ng pagluluto ng mansanas, binalatan, tinadtad, at tinadtad
- 2 kutsarita ng gadgad na sariwang luya
- Mga buto mula sa 3 o 4 na cardamom pods, durog
- Isang shake ng chili sauce
- 1 malaking sibuyas na bawang, pinong tinadtad
- ½ libra ng malambot na kayumangging asukal
- Juice ng lemon at grated zest ng kalahating lemon

MGA TAGUBILIN:

a) Sa isang malaking kasirola, pagsamahin ang rose hips, cider vinegar, sultanas, tinadtad na mansanas sa pagluluto, gadgad na luya, dinurog na buto ng cardamom, chili sauce, at pinong tinadtad na bawang.

b) Dalhin ang timpla sa mahinang pigsa, pagkatapos ay bawasan ang apoy at kumulo ng mga 20-30 minuto o hanggang sa lumambot ang rose hips at mansanas.

c) Idagdag ang malambot na brown sugar, lemon juice, at grated lemon zest sa kawali. Haluing mabuti para matunaw ang asukal.

d) Patuloy na kumulo ang pinaghalong para sa karagdagang 30-40 minuto, paminsan-minsang pagpapakilos, hanggang sa lumapot ang chutney sa iyong nais na pagkakapare-pareho.

e) Ayusin ang pampalasa ayon sa panlasa. Kung mas gusto mo ang spicier chutney, maaari kang magdagdag ng chili sauce.

f) Kapag lumapot na ang chutney at natunaw na ang mga lasa, alisin ito sa apoy.

g) Hayaang lumamig nang bahagya ang rose hip chutney bago ito ilipat sa mga isterilisadong garapon.

h) Isara ang mga garapon at iimbak ang mga ito sa isang malamig, madilim na lugar. Ang chutney ay patuloy na magiging mature at bubuo ng mga lasa nito sa paglipas ng panahon.

87.Lavender At Honey Chutney

MGA INGREDIENTS:
- 1/4 tasa ng pinatuyong bulaklak ng lavender
- 1/2 tasa ng pulot
- 2 kutsarang lemon juice
- 1/4 tasa ng tubig

MGA TAGUBILIN:
a) Sa isang maliit na kasirola, pagsamahin ang mga pinatuyong bulaklak ng lavender, pulot, lemon juice, at tubig.
b) Dalhin ang timpla sa mahinang kumulo sa mahinang apoy.
c) Hayaang kumulo sa loob ng 5-10 minuto, paminsan-minsang haluin, hanggang sa lumapot nang bahagya ang timpla.
d) Alisin mula sa init at hayaang ganap na lumamig ang chutney.
e) Ilipat ang lavender at honey chutney sa isang garapon at iimbak ito sa refrigerator. Ihain bilang isang spread sa toast, scone, o gamitin ito bilang isang topping para sa yogurt o ice cream.

88.Rose Petal At Cardamom Chutney

MGA INGREDIENTS:
- 1 tasang sariwang rose petals (siguraduhing hindi na-spray ang mga ito)
- 1/2 tasa ng asukal
- 1/4 tasa ng tubig
- 3-4 cardamom pods, durog

MGA TAGUBILIN:
a) Sa isang kasirola, pagsamahin ang mga sariwang petals ng rosas, asukal, tubig, at mga durog na cardamom pod.
b) Magluto sa mahinang apoy, pagpapakilos paminsan-minsan, hanggang sa matunaw ang asukal.
c) Dagdagan ang init sa medium-low at kumulo para sa mga 15-20 minuto, o hanggang ang timpla ay lumapot sa isang syrupy consistency.
d) Alisin mula sa init at hayaang ganap na lumamig ang chutney.
e) Ilipat ang rose petal at cardamom chutney sa isang garapon at palamigin hanggang handa nang gamitin. Ito ay perpekto para sa pag-ambon sa mga dessert, paghahalo sa mga cocktail, o paghahatid ng keso.

89.Elderflower At Lemon Chutney

MGA INGREDIENTS:
- 1 tasang elderflower blossoms (alisin ang anumang berdeng bahagi)
- Zest at juice ng 1 lemon
- 1/2 tasa ng asukal
- 1/4 tasa ng tubig

MGA TAGUBILIN:
a) Sa isang kasirola, pagsamahin ang mga elderflower blossoms, lemon zest, lemon juice, asukal, at tubig.
b) Dalhin ang timpla sa mahinang kumulo sa mahinang apoy, pagpapakilos paminsan-minsan, hanggang sa matunaw ang asukal.
c) Hayaang kumulo ng mga 10-15 minuto, o hanggang lumapot ng bahagya ang timpla.
d) Alisin mula sa init at hayaang ganap na lumamig ang chutney.
e) Ilipat ang elderflower at lemon chutney sa isang garapon at palamigin hanggang handa nang gamitin. Ito ay kasiya-siya na binuhusan ng mga pancake, inihalo sa yogurt, o inihahain kasama ng inihaw na isda o manok.

90. Squash Blossom Chutney

MGA INGREDIENTS:
- 3 kutsarang pine nuts
- 2 kutsarang napakainit na tubig
- Isang kurot ng safron thread
- 2 tasang maluwag na nakaimpake na mga bulaklak ng kalabasa, mga 12 pamumulaklak
- 1/3 tasa coarsely grated Parmigiano cheese
- ½ tasa ng langis ng oliba na may bahagyang lasa
- Kurot ng asin

MGA TAGUBILIN:

a) Sa isang tuyong kawali sa daluyan, i-toast nang bahagya ang mga pine nuts hanggang sa magsimula silang amoy nutty at bahagyang ginintuang. Panoorin silang mabuti upang hindi sila maging dark brown o masunog. Ilipat sa isang kitchen towel at itabi upang lumamig.

b) Ibuhos ang 2 Kutsara ng mainit na tubig sa safron sa isang maliit na mangkok at hayaang matarik.

c) Hilahin ang mga stamen mula sa gitna ng mga bulaklak ng kalabasa at kurutin ang anumang matitigas na tangkay o berdeng dahon sa base. Bahagyang hilahin ang mga bulaklak at sukatin ang 2 maluwag na naka-pack na tasa. Ihulog ang mga bulaklak sa isang food processor at pulso ng 2 - 3 beses upang masira ang mga ito.

d) Idagdag ang mga mani, ang keso at ang safron kasama ng tubig at pulso nito hanggang ang lahat ay halos tinadtad. Buksan ang makina, at dahan-dahang ibuhos ang langis ng oliba.

e) Itigil at simutin ang mga gilid ng mangkok kung kinakailangan. Kapag ang lahat ng langis ay inkorporada, magdagdag ng isang pakurot ng asin sa panlasa. Kung maalat ang iyong keso, magtipid sa sobrang asin.

f) Ilipat sa isang lalagyan ng airtight at ibuhos ang isang napakanipis na layer ng langis ng oliba sa ibabaw.

CHILI CHUTNEY

91. Mainit Chilli Chutney

MGA INGREDIENTS:
- 1 malaking sibuyas
- 2 sibuyas ng bawang
- 1 3-4" piraso ng luya
- 1 limon
- Ilang maliliit na napakainit na sili
- 1 kutsarita ng Asin
- 2 kutsarita ng Cayenne higit pa o mas kaunti, sa panlasa
- ½ hanggang 1 tsp. itim na paminta

MGA TAGUBILIN:

Gupitin ang sibuyas sa mga palito ng posporo. Igisa ang bawang o gupitin din sa maliliit na patpat ng posporo.

Balatan ang luya at gupitin sa manipis na mga posporo

Magdagdag ng lemon juice, asin at paminta.

Ngayon magdagdag ng init:cayenne powder sa panlasa at pinong diced na mainit na sili. Haluing mabuti at palamigin.

92. Habanero Apple Chutney

MGA INGREDIENTS:
- 2 pounds Cooking mansanas; binalatan at diced maliit
- ¼ pint Langis ng gulay (hindi langis ng oliba)
- 2 kutsara Pinong hiniwang sariwang luya
- 1 Buong ulo ng bawang; binalatan at pinong hiniwa
- 2 kutsarang puting buto ng mustasa
- 1 kutsarita na buto ng Fenugreek; ibinabad sa mainit na tubig, pinatuyo
- ½ kutsarita Buong black peppercorns
- 2 kutsarita ng giniling na kumin
- 2 kutsarita ng Chilli powder
- 1 kutsarita ng Turmerik
- 4 onsa ng Asukal
- 8 tuluy-tuloy na onsa ng cider vinegar
- 1 kutsarang Asin

MGA TAGUBILIN:

a) Init ang mantika sa iyong kawali at dahan-dahang iprito ang bawang at luya hanggang sa magsimula itong kumukulay, pagkatapos ay idagdag ang natitirang mga pampalasa at lutuin ng isa pang tatlong minuto. Idagdag ang suka, mansanas, habs, asukal at asin, at kumulo para sa humigit-kumulang isang oras hanggang sa magkaroon ka ng makapal at masahol na timpla. Ang ideya ay para sa mga mansanas na tuluyang maghiwa-hiwalay.

b) Ilagay sa mainit na isterilisadong mga garapon, i-seal nang sabay-sabay gamit ang mga takip na hindi tinatablan ng suka at subukang kalimutan ito nang humigit-kumulang 2 buwan. Pagkatapos, mag-enjoy! Ito ay nananatiling maayos nang walang pagpapalamig.

93. Green Chili At Coriander Chutney

MGA INGREDIENTS:
- 10-12 berdeng sili
- 1 tasang sariwang dahon ng kulantro (cilantro)
- 1 kutsarang lemon juice
- 1 kutsaritang buto ng kumin
- Asin sa panlasa
- Tubig, kung kinakailangan

MGA TAGUBILIN:
a) Sa isang blender, pagsamahin ang mga berdeng sili, dahon ng kulantro, lemon juice, cumin seeds, at asin.
b) Haluin hanggang makinis, magdagdag ng tubig kung kinakailangan upang makamit ang ninanais na pagkakapare-pareho.
c) Ayusin ang pampalasa ayon sa panlasa.
d) Ilipat sa isang serving bowl at ihain kasama ng mga meryenda o bilang isang sawsaw para sa mga samosa, pakoras, o iba pang pampagana.

94. Matamis na Chili Chutney

MGA INGREDIENTS:
- 10-12 pulang sili
- 1 tasang jaggery o brown sugar
- 1/2 tasa ng tamarind pulp
- 1 kutsaritang buto ng kumin
- 1 kutsarita na buto ng haras
- Asin sa panlasa
- Tubig, kung kinakailangan

MGA TAGUBILIN:
a) Sa isang kasirola, pagsamahin ang pulang sili, jaggery (o brown sugar), tamarind pulp, cumin seeds, fennel seeds, asin, at sapat na tubig para matakpan ang mga sangkap.
b) Lutuin sa katamtamang init, paminsan-minsang hinahalo, hanggang sa lumapot ang timpla at lumambot ang mga sili.
c) Hayaang lumamig nang bahagya, pagkatapos ay ilipat ito sa isang blender.
d) Haluin hanggang makinis.
e) Ilipat sa isang garapon at palamigin. Ang chutney na ito ay mahusay bilang isang pampalasa para sa mga meryenda ng India tulad ng pakoras, samosa, o bilang isang dipping sauce para sa mga spring roll.

95. Chili Chutney ng niyog

MGA INGREDIENTS:
- 1 tasang sariwang gadgad na niyog
- 6-8 berdeng sili, tinadtad
- 1 kutsarang inihaw na chana dal (split chickpeas)
- 1 kutsarang tamarind paste
- Asin sa panlasa
- Tubig, kung kinakailangan

MGA TAGUBILIN:
a) Sa isang blender, pagsamahin ang gadgad na niyog, tinadtad na berdeng sili, inihaw na chana dal, tamarind paste, at asin.
b) Magdagdag ng kaunting tubig at timpla hanggang makinis, magdagdag ng mas maraming tubig kung kinakailangan upang maabot ang nais na pagkakapare-pareho.
c) Ilipat sa isang serving bowl at magsilbi bilang sawsaw na may mga dosas, idlis, o vadas.

96.Bell Pepper Chili Chutney

MGA INGREDIENTS:
- 2 pulang kampanilya paminta, tinadtad
- 2 berdeng sili, tinadtad
- 1 sibuyas, tinadtad
- 2 cloves ng bawang, tinadtad
- 1 kutsarang luya, tinadtad
- 1/4 tasa ng suka
- 2 kutsarang pulot
- Asin sa panlasa
- 1 kutsarang mantika

MGA TAGUBILIN:
a) Mag-init ng mantika sa isang kawali at igisa ang tinadtad na sibuyas, bawang, at luya hanggang sa transparent.
b) Magdagdag ng tinadtad na kampanilya at berdeng sili, at lutuin hanggang malambot ang mga sili.
c) Haluin ang suka, pulot, at asin. Magluto ng ilang minuto pa.
d) Hayaang lumamig nang bahagya ang pinaghalong, pagkatapos ay ilipat ito sa isang blender.
e) Haluin hanggang makinis.
f) Ilipat sa isang garapon at palamigin. Ang chutney na ito ay mahusay bilang pampalasa para sa mga sandwich, balot, o inihaw na karne.

NUT CHUTNEY

97. Peanut Chutney

MGA INGREDIENTS:
- 1 tasang inihaw na mani
- 2-3 berdeng sili
- 2 cloves ng bawang
- 1-pulgada na piraso ng luya
- 1 kutsarang tamarind paste
- Asin sa panlasa
- Tubig, kung kinakailangan
- Tempering: 1 kutsarang mantika, 1 kutsarita buto ng mustasa, 1 kutsarita urad dal (hati ng itim na gramo), isang kurot ng asafoetida (hing), ilang dahon ng kari

MGA TAGUBILIN:
a) Sa isang blender, pagsamahin ang inihaw na mani, berdeng sili, bawang, luya, tamarind paste, at asin.
b) Haluin sa isang magaspang na paste, pagdaragdag ng tubig kung kinakailangan.
c) Para sa tempering, init ng langis sa isang maliit na kawali. Magdagdag ng buto ng mustasa, urad dal, asafoetida, at dahon ng kari. Hayaan silang mag-splutter.
d) Ibuhos ang tempering sa chutney at haluing mabuti.
e) Ihain kasama ng dosa, idli, o kanin.

98. Almond Chutney

MGA INGREDIENTS:
- 1 tasang almendras, binasa at binalatan
- 2-3 berdeng sili
- 1/2 tasa gadgad na niyog
- 1 kutsarang tamarind paste
- Asin sa panlasa
- Tubig, kung kinakailangan
- Tempering: 1 kutsarang mantika, 1 kutsarita buto ng mustasa, 1 kutsarita urad dal (hati ng itim na gramo), isang kurot ng asafoetida (hing), ilang dahon ng kari

MGA TAGUBILIN:
a) Sa isang blender, pagsamahin ang binabad at binalatan na mga almendras, berdeng sili, gadgad na niyog, tamarind paste, at asin.
b) Haluin sa isang makinis na i-paste, pagdaragdag ng tubig kung kinakailangan.
c) Para sa tempering, init ng langis sa isang maliit na kawali. Magdagdag ng buto ng mustasa, urad dal, asafoetida, at dahon ng kari. Hayaan silang mag-splutter.
d) Ibuhos ang tempering sa chutney at haluing mabuti.
e) Ihain kasama ng dosa, idli, o kanin.

99.Cashew Nut Chutney

MGA INGREDIENTS:
- 1 tasang cashew nuts, ibinabad
- 2-3 berdeng sili
- 1/2 tasa gadgad na niyog
- 1 kutsarang tamarind paste
- Asin sa panlasa
- Tubig, kung kinakailangan
- Tempering: 1 kutsarang mantika, 1 kutsarita buto ng mustasa, 1 kutsarita urad dal (hati ng itim na gramo), isang kurot ng asafoetida (hing), ilang dahon ng kari

MGA TAGUBILIN:
a) Sa isang blender, pagsamahin ang binabad na cashew nuts, berdeng sili, gadgad na niyog, tamarind paste, at asin.
b) Haluin sa isang makinis na i-paste, pagdaragdag ng tubig kung kinakailangan.
c) Para sa tempering, init ng langis sa isang maliit na kawali. Magdagdag ng buto ng mustasa, urad dal, asafoetida, at dahon ng kari. Hayaan silang mag-splutter.
d) Ibuhos ang tempering sa chutney at haluing mabuti.
e) Ihain kasama ng dosa, idli, o kanin.

100. Walnut Chutney

MGA INGREDIENTS:
- 1 tasang walnut
- 2-3 pinatuyong pulang sili
- 1/2 tasa gadgad na niyog
- 1 kutsarang tamarind paste
- Asin sa panlasa
- Tubig, kung kinakailangan
- Tempering: 1 kutsarang mantika, 1 kutsarita buto ng mustasa, 1 kutsarita urad dal (hati ng itim na gramo), isang kurot ng asafoetida (hing), ilang dahon ng kari

MGA TAGUBILIN:
a) Sa isang blender, pagsamahin ang mga walnuts, pinatuyong pulang sili, gadgad na niyog, tamarind paste, at asin.
b) Haluin sa isang magaspang na paste, pagdaragdag ng tubig kung kinakailangan.
c) Para sa tempering, init ng langis sa isang maliit na kawali. Magdagdag ng buto ng mustasa, urad dal, asafoetida, at dahon ng kari. Hayaan silang mag-splutter.
d) Ibuhos ang tempering sa chutney at haluing mabuti.
e) Ihain kasama ng dosa, idli, o kanin.

KONGKLUSYON

Sa pagtatapos ng aming paglalakbay sa pamamagitan ng "ANG CHUTNEY BUHAY AKLAT NG LUTUIN," umaasa kaming na-inspire ka na sumabak sa sining ng paggawa ng chutney at tuklasin ang masaganang tapiserya ng mga lasa at tradisyon na iniaalok ng minamahal na pampalasa na ito. Isa ka man na batikang chef o baguhan na magluto, mayroong isang bagay para sa lahat na mag-e-enjoy sa mga page na ito.

Habang patuloy kang nag-eeksperimento sa iba't ibang recipe at lasa ng chutney, nawa'y ang bawat batch na gagawin mo ay magdulot sa iyo ng kagalakan, kasiyahan, at mas malalim na pagpapahalaga sa pamana ng culinary ng India. Nagbabahagi ka man ng mga chutney sa mga mahal sa buhay, nagreregalo ng mga gawang bahay na garapon sa mga kaibigan at kapitbahay, o simpleng tinatangkilik ang mga ito bilang bahagi ng iyong pang-araw-araw na pagkain, nawa ang karanasan sa paggawa at pagtikim ng mga chutney ay magpayaman sa iyong buhay at magdala ng lasa ng India sa iyong mesa.

Salamat sa pagsama sa amin sa masarap na paglalakbay na ito sa pamamagitan ng sining ng paggawa ng chutney. Nawa'y mapuno ang iyong kusina ng mga bango ng mga pampalasa, mga halamang gamot, at mga sariwang sangkap, ang iyong mga pagkain na may sarap ng masasarap na chutney, at ang iyong puso ng kagalakan ng pagluluto at pagbabahagi ng masasarap na pagkain. Hanggang sa muli nating pagkikita, happy chutney-making and bon appétit!

www.ingramcontent.com/pod-product-compliance
Lightning Source LLC
Chambersburg PA
CBHW071849110526
44591CB00011B/1357